மலையச்சியின் கதை

மோனிகா மாறன்

மலையட்சியின் கதை	:	நாவல்
ஆசிரியர்	:	மோனிகாமாறன்
	:	© ஆசிரியருக்கு
முதல் பதிப்பு	:	ஆகஸ்ட் 2020
அட்டைப்படம்	:	ஆர்.ஆர். சீனிவாசன்
வெளியீடு	:	வம்சி புக்ஸ்
		19, டி.எம்.சாரோன்,
		திருவண்ணாமலை - 606 601
		9445870995, 04175 - 235806
அச்சாக்கம்	:	மணி ஆப்செட், சென்னை - 600 077
விலை	:	₹150/-
ISBN	:	978-93-84598-90-7

Malayachin kathai	:	Novel
Author	:	Monika maran
	:	© Author
First Edition	:	August - 2020
Cover Photo	:	R.R.Srinivasan
Published by	:	Vamsi books
		19.D.M.Saron,
		Tiruvannamalai - 606 601
		9445870995, 04175 - 235806
Printed by	:	Mani Offset, Chennai - 600 077
Price	:	₹150/-
ISBN	:	978-93-84598-90-7

www.vamsibooks.com - e-mail: vamsibooks@yahoo.com

ஏறத்தாழ என் ஒன்பதாம் அகவையில், அப்போது வெளி வந்த சோவியத் யூனியன் என்னும் கம்யூனிச சிற்றிதழுக்கு எனது முதல் சிறுவர் கதையினை எழுதி அனுப்பினேன். ஆசிரியர் குழுவிடமிருந்து அதற்கு ஒரு பாராட்டு கடிதம் வந்திருந்தது. அன்றே என்னை ஒரு எழுத்தாளராக அங்கீகரித்து உச்சி முகர்ந்த என் பெற்றோரை இவ்வேளையில் நினைக்கிறேன். அன்று தொடங்கி இன்று வரை எனது முதிர்ச்சியற்ற கவிதைகள் சிறுகதை முயற்சிகள் பரிசு பெற்ற குறுநாவல் என்று எல்லாவற்றையும் தடைகளற்ற பேரன்பினால் அங்கீகரித்து பெருமிதம் கொள்கின்றனர்.

இயற்கை சூழ்ந்த ஒரு சிறு மலைப்பகுதியில் தொலைத் தொடர்பு வசதிகள் இல்லாத கால கட்டத்திலும் இலக்கியமும் புத்தகங்களும் நிறைந்த சூழலில் வளர்வதற்கும், ஜெயகாந்தன் கி ரா தொடங்கி ருஷ்ய இலக்கியங்கள் வரை நான் அறிந்து கொள்ளவதற்கும் காரணமாயிருந்த என் பெற்றோரும் என் ஆசிரியர்களுமான

திருஞா. பிரின்ஸ்நீல்,. MAMEd

திருமதி இரா. சொர்ணம்,MAMEd

ஆகியோருக்கு...

முன்னுரை

இலக்கியம் என்பதற்கான வரையறை இன்று மாறிவிட்டது. புரட்சியையோ, சமூகமாற்றங்களையோ உருவாக்கும்எல்லை இலக்கியவாதிகளிடமிருந்து விலகி வெவ்வேறு ஊடகங்களுக்குச் சென்றுவிட்டது. எண்ணிப்பார்க்க இயலா பல்வேறு முரண்கள் மிக்க வாசகர்களைக் கொண்ட இணையவெளியில், நுண்ணிய வாசிப்பு என்பது சிக்கலாக மாறிக்கொண்டிருக்கிறது. எதை வாசிப்பது என்று தேர்ந்தெடுக்கவே பலவற்றை தவிர்க்கத் தெரியவேண்டும்.. எனினும் எல்லா சூழல்களிலும்,எந்த காலகட்டத்திலும் தேடல்களை சரியாகக் கண்டறிந்து வாசிப்பவர்கள் சிறுகுழுவாக இருந்து கொண்டே இருப்பார்கள். அவ்வாறு தேடித் தேடி தமிழின் அத்தனை முக்கிய எழுத்தாளர்களையும், உலக இலக்கியத்தின் பகுதிகளையும் வாசித்துக் கொண்டிருக்கும் இலக்கிய வாசகியாகவே என்னை நான் அடையாளப்படுத்திக் கொள்ள வி ரும்புகிறேன். என் இத்தனை ஆண்டு கால தீவிரவாசிப்பின் தொடர்ச்சியே இந்நூல். என் வாழ்வில் நான் எங்கோ உணர்ந்து கொண்ட உணர்வுகளின் தொகுப்பே இந்நாவல்.. இந்நூலை வாசிப்பவர்களுக்கு அவ்வெண்ணங்கள் சிறிதளவேனும் கடத்தப்பட வேண்டும் என்பதே என் அவா.

வாழ்வில் நான் சோர்ந்த கணங்களில் எல்லாம் தன் புன்னகையால் எனை உயிர்ப்பிக்கும் என் பேரன்பிற்குரிய கணவர் தமிழ்மாறன் அவர்களை இந்நூலின் சக எழுத்தாளராகவே கருத வேண்டுகிறேன்.

சிறிய வயதிலேயே வாழ்வில் இணைந்ததால் எங்கள் இருவரின் ஆளுமைகளும் புரிதல்களும் ஏறக்குறைய ஒன்றாக உருவாகி வந்தவையே... மிகத்தீவிர இலக்கிய வாசகியான நான், வாசிக்கும் உலக இலக்கியங்கள், சங்கப்பாடல்கள், வரலாறு என அனைத்தையும், என் கணவருடன் பகிர்வதுண்டு. ஒரு காதலியாய், இளம் மனைவியாய், தாயாய் என் எல்லா நிலைகளிலும் நான் அவரிடம் விவாதித்தவையும், பகிர்ந்தவையுமே என் எழுத்தின் அடிப்படை எனலாம். குடும்பம், பணம், உறவுகள், என்று உலகியல் ரீதியான அனைத்தையும் மீறி மணிக்கணக்கில் இலக்கியத்தையும்,, வரலாற்றையும், தத்துவங்களையும், இந்திய மெய்யியலையும் நாங்கள் இருவரும் பேசும் பொழுதுகள் தான் உண்மையில் காதல்மிகுந்தவை. இப்படி நாங்கள் பேசிக்கொண்டிருந்த ஒரு பொழுதில் ஜவ்வாதுமலை பற்றிய கதையினை பதிவு செய்தால் என்ன என்று எங்களுக்கு உண்டான ஒரு சிறிய எண்ணத்தின் தொடர்ச்சியே இந்நாவல். நான் சிறு வயது முதல் அறிந்த மலையும், என் கற்பனைகளும் இணைந்ததே இப்புனைவு. முழுமையான வரலாறு இல்லை. உண்மையில் வரலாறு என்பதே நம் கற்பனைகள் கலந்தது தானே.

என்னையும் என் இலக்கியக் கிறுக்குத்தனங்களையும் முழுமையாய் நேசித்து என் இலக்கியத் தேடல்களைப் புரிந்து கொண்டு, வாசிக்கும் பழக்கமற்ற என் கணவர் பல்வேறு புத்தகக் கண்காட்சிகளுக்கும், இலக்கிய அரங்குகளுக்கும் வருவது என்பொருட்டே... என் எழுத்திற்கு உதவியாய் பல வரலாற்று இடங்களுக்கும், சிற்பங்கள் நிறைந்த கோவில்களுக்கும், பல்லாயிரம் ஆண்டு பழமை கொண்ட கல்வெட்டுகள் உள்ள இடங்களுக்கும் என்னை அழைத்துச் சென்று, என் அறிவுத் தோழனாய், அன்பு இணையாய் வழி நடத்துகிறார்.

இப்படைப்பின்ஆக்கத்திலும், முக்கிய பங்காற்றிய அவருக்கு தனித்து நன்றி கூறுவது எனக்கு நானே நன்றி கூறிக் கொள்வது போன்றதே.

இச்சிறிய நூலினை வெளியிடுகையில் தமிழ் இலக்கிய உலகின் முன்னோடி எழுத்தாளர்கள் அனைவரையும் வணங்குகிறேன்.

மோனிகாமாறன்

வேலூர்

நாவல் ஆசிரியரைப்பற்றி

இலக்கிய வாசிப்பில் ஆர்வம் கொண்ட மோனிகா மாறனின் முதல் நாவல் இது. கல்கி நினைவு குறுநாவல் போட்டி, காக்கைச் சிறகினிலே இதழ் நடத்திய குறும்பு தினப் போட்டி ஆகியவற்றில் பரிசு பெற்றுள்ளார். இருபதிற்கும் மேற்பட்ட சிறு கதைகள், கவிதைகள், கட்டுரைகள் வெளிவந்துள்ளன. வேலூரில் பள்ளிக் கல்வித்துறையில் பணியாற்றுகிறார்.

கணவர்: தமிழ்மாறன்

மகள்கள்: ஓவியா,இலக்கியா.

maranmoni@gmail.com

jawadhumalai.wordpress.com

மலைச்சவுக்கு

என்னைச் சுத்தியும் பச்சப்பசேல்னு இருக்கு. மழைத் தூரலில் நின்னுக்கிட்டிருக்கேன். அடர்ந்த பசும்மரங்கள் சாரல் மழையில அசஞ்சு நீர்த்துளிகள் விழுது. கண்ணைக் கீழேத் திருப்பினால் அடுக்கடுக்கான பசும்பரப்பு,விதவிதமான பச்சைகளில் தேயிலைச் செடிங்க அப்பிடியே பரத்தி விரிச்சாப்புல சரிவு முழுக்க தெரியுது, அங்கங்க ஒயரமா வரிவரியான இலைங்களோட வளர்ந்திருந்த மலைச்சவுக்கு மரங்களில் தழுவியிருந்த மிளகுக் கொடிங்க காத்துல அசஞ்சாடுது. நான் நின்னுக்கிட்டிருக்கும் சிவப்பு தளமிட்ட பங்களா இந்த மலை எஸ்டேட்டின் உச்சியில் இருக்கு.

முன் பக்கமெல்லாம் பூச்செடிங்க நிறைய இருக்கு. ஒரு பக்கம் முழுசா ரோஜாச்செடிங்க. மஞ்சள், வெள்ளை, சிகப்பு ரோஜாப்பூவுங்க முழுசா மலர்ந்தும், அடுக்கிதழ்கள் பாதி மூடியும், இன்னிக்கித்தான் விரியத்தொடங்கியிருக்கும் மொட்டுகளும், பச்சை வண்ண புல்லி இதழ்களால் மறைக்கப்பட்டு பாதி மேனி காண்பிக்கும் சிறு மொட்டுகளுமாய் ரோஜாக்கள். சில ரோஜாக்கிளைகள் வெட்டப்பட்டு, ஈரம் காயாமல் இருக்க தொப்பிமாறி சாணத்தை பூசி வச்சிருக்கு. பெரிய கிளைங்கள வளைச்சு சிறிய தொட்டிகளில் பதியன் போட்டிருக்கு. சாரல் மழையில நனைஞ்சு புத்தம் புதிதாய் இலைங்களும், பூக்களும் காத்துல அசையறப்ப மின்னுது.

நடுவில் பாத்டைல்ஸ் ஒட்டப்பட்ட நடைபாதை மழை நீரினால் கழுவப்பட்டு தூய்மையா இருக்கு.மறுபக்கத் தோட்டத்தில் பல

வண்ண குரோட்டன்ஸ் செடிகள். அடர்சிவப்பு கலர் இலைகளோட ஒரு செடி காற்றில் வளைந்து ஆடுது. அடுக்கு டேலியா மலர்கள் நடுவில் மஞ்சள் வட்டத்துடன் ஊதா நிறத்தில் பூத்திருக்கு. அதச்சுத்தி சின்ன செடிகளில் ஒற்றை இதழ் பூக்கள் மஞ்சளும், இளஞ்சிவப்புமாய் கூட்டங் கூட்டமாய் பூத்திருக்கு. அதோட பேர் தெரியல. டெபி சொல்லுவா அது ''ஐலவ்யூ ''பூ. அதுல ஏழு இதழ் இருக்கும் ஐலவ்யூன்னு ஏழு எழுத்துக்கு. அந்த சின்னக் குட்டிக்கு எல்லா விஷயமும் தெரியுது.

சின்ன, பெரிய தொட்டிங்க வரிசையா அடுக்கிவச்சிருக்கு. எல்லாத்துலயும் கலர்கலரா செடிங்க. ஓரத்துல செம்பருத்தம்புதர். மழத் தண்ணியில கரும் பச்சை எலைங்க பளபளன்னு அசையுது. செகப்பு பூவெல்லாம் கூம்பி கீழச் சாஞ்சிருக்கு. பக்கத்துல தூண் மாதிரி பெரிய அயனி மரம் நிக்குது. எலைங்க மறைவுல பெரிய பெரிய முள்ளோட சின்னகாய்கள் தெரியுது. மரத்துல அணிலோ என்னமோ ஏறுது. மழைக்குச் சில குருவிங்க உக்காந்திருக்கு.எங்க ஊருல இத்த ப்ளா மரம்னுதான் சொல்வோம். இந்த ஊருக்கு வந்து எம்பேரு மட்டுமில்லாத எல்லாத்தோட பேரையும் மாத்த கத்துக்கிட்டேன்.

சைடுல நெறய வாழமரங்க . வாழை இலைங்களும், தண்டும் அப்பிடியே மழத்தண்ணி கழுவி விட்டு கண்ணப்பறிக்குது. இலையெல்லாம் கிழிஞ்சி ரப்ரப்னு ஒராஞ்சி ஆடுது. மரம் உழாம இருக்க அப்புச்சன் முட்டுக் கொடுத்த கட்டையும் தளிர்த்து அதுலயிருந்து சின்ன எலைங்க தெரியுது.

தோட்டத்தை பார்த்துக்கிட்டே தலையில விழுற சாரல் துளிங்களத் தொடச்சி விட்டுக்கறேன். அப்பவும் மழத் தண்ணிமேல படுது. வெளுக்கத் தொடங்கியிருக்கற என் தலைய சேலையில

போத்திக்கறேன். இந்த ஊதக் குளிர் எனக்கு ஆகாது.மூச்சிளைப்பு வரும்.ஆனாலும் உள்ளே இருக்க முடியாம இங்க வந்து நிக்கறேன்.

வெள்ளைப் பளிங்கு சுண்ணம் அடித்த படிக்கட்டுகள் உயரத்திலிருந்து பார்க்க நல்லா இருக்கு. நான் நின்னுட்டிருக்கற வீட்டோட முன் பக்கம் முழுக்க அலங்கார வேல செஞ்ச பெரிய பெரிய தூண்கள் தாங்குன தாழ்வாரம்.ஓரத்துல சிமெண்ட்டுல செஞ்ச அழகான இருக்கைகள்.

கைகளில் இருக்கும் தங்க வளைகளத் தள்ளிவிட்டுக்கறேன். கழுத்தில் கனத்த சங்கிலியில் தொங்கும் சிலுவை, முல்லை மொக்குகள் மாதிரி கோர்க்கப்பட்ட நெக்லஸ், துவளும் சில்க்காட்டன் சேலை எல்லாமே எனக்கு ஒட்டாமத்தான் இருக்கு..

''ரேணுகா நீ எத்தற சௌந்தர்யவதியெண்ணு நினக்கு அறிதில்லா. உன்னோட கண்ண நோக்குங்க ஞான் வேறெத்த நெனப்பில்லா அழிஞ்சி நிக்கேன்'' அலெக்ஸ் என்கிட்ட பலமுறை இளமையில் சொல்லியிருக்கார். அதெல்லாமே கனா மாதிரி இருக்கு.

இந்த மழையில் வண்டியில் போன டேனியலக் காணமேன்னு தான் பார்த்துக்கிட்டிருக்கேன். அவன் வந்தால். ''ஏம்மா இப்பிடிநின்னு என்னப் படுத்தற. நான் வரமாட்டேனா''ன்னு சொல்லுவான். என்ன செய்றது எம்புள்ளகிட்ட மட்டுந்தான் என்னால பேசமுடியுது., அலெக்சோட பேசறத நிறுத்தி பல வருஷங்கள் ஆயிடுச்சி.

தாமரை பூக்கள் மலர்ந்த பெரிய தூண்கள் கொண்ட போர்டிகோவில் சாரல் படாமல் தள்ளிநிக்கறேன். நீலவண்ணம் தீட்டப்பட்ட சுவத்துல மழைப் பூச்சிகள் ஊருது. வலது புறச்சுவற்றில் ''கிரேஸ்வில்லா'' என்ற அலங்கார எழுத்துகள் பொன்னிறத்தில்

தேக்கு மரப்பட்டையில் பொறிச்சு வச்சிருக்கு. அந்த பேருக்கும் எனக்கும் சம்பந்தமே இல்லை போல நிக்கறேன்...''. கிரேஸ்ரேணுகா''.

அதன் மேலே கண்ணாடிக் குழல்கள் நெளியும் அலங்காரவிளக்கு. விளக்கின் உள்பக்கத்துல எறும்புகளும், வண்டுகளும் செத்து கருமையாய்த் தெரியுது.

வண்டிச் சத்தம் கேக்குது. டேனியல் முழுவதும் நனைஞ்ச உடைகளுடன் ஏறிவரான். நான் நிக்கறதக் கண்டதாகவேத் தெரியல.

"இப்படி வர்ரியே. எங்கயாவது நின்னுட்டு வரக்கூடாதா?"

நான் பேசறதும் அவன் காதுல விழல. சிரிச்சிக்கிட்டே ஏதோ ஒரு பாட்டை விசிலடிச்சுட்டே போறான். அவன் பின்னாலேயே போறேன்.

"தலையத் தொடையேண்டா'

"அம்மாப்ளீஸ். நான் நல்ல மூட்ல இருக்கேன். நீ எதுவும் பேசாத'

மெத்மெத்தென்ற தரைவிரிப்புகளும், பெரிய சோபாக்களும் கொண்ட ஹாலைத் தாண்டி அவன் அறைக் கதவின் பித்தளைத் தாழைத் திறந்து உள்ள போயி கதவை அடைச்சிக்கறான்.

இந்த ஹால் ஒண்ணு போதும் வீட்டோட செழிப்பையும், பழமையையும் சொல்ல. நான் கல்யாணம் முடிஞ்சி வந்தப்ப இதப்பாத்துட்டு வாயடச்சு நின்னது நெனப்பு வருது. எங்கயோ ஒரு சின்ன மலைக்காட்டுல மஞ்சம்புல் குடிசையில இருந்த எனக்கு இத்தாம் பெரிய ஈட்டி மர உத்தரங்களப் பாத்தப்போ மயக்கம் வந்துச்சு.

என் பெரிய மகன் ரிச்சி ஆர்க்கிடெக் படிச்சப்புறம் அவம் பண்ண உருப்படியான வேல இந்த வீட்ட அழகாகக்கனது தான். ஏற்கனவே இருந்த பழமையும், இப்ப உள்ள புதுப்பது அலங்காரங்களும்

சேர்ந்து ரொம்ப அழகா, பிரம்மாண்டமாத் தெரியுது. மழமழன்னு கண்ணப்பறிக்கிற கருப்பு வண்ண கிரானைட்ல பொன்னும், வெள்ளியும் துகள் மின்னுது. தரையத் தொடச்சி தொடச்சி இன்னும் பளிச்சுன்னு இருக்கு. நடுவுல ராஜஸ்தான் கம்பளவிரிப்பு மெத்து மெத்துன்னு செங்கா விக்கலரும், வெள்ளையுமா பூப்பூவா விரிஞ்ச டிசைன்ல இருக்கு. இதெ வாங்கனது எம்மக அஜிமோள். அவளுக்கு இதுல எல்லாம் ரொம்ப இன்ட்ரஸ்ட்.

ஒரு பக்க கண்ணாடி சன்னலுல ரெண்டு பெரிய குருவிங்க உக்காந்திருக்கறாப்புல பெயிண்ட் பண்ணியிருக்கு. த்ரீ டைமன்சன் பெயிண்ட்டிங்காம். எந்தப் பக்கமிருந்து பாத்தாலும் முழுசா உருவந்தெரியுது. மேல கண்ணாடி உருண்டைகளைச் சரம்சரமாக் கோர்த்து தொங்கவிட்டாப்புல கிரிஸ்டல் சரவிளக்கு. நெறய பழைய வேலைப்பாடு செஞ்ச அலங்கார பூச்சாடிங்க. செயற்கைப் பூங்கொத்துங்க.ஓரத்துல வச்சிருக்க பூச்சாடி கூட அஜி டெல்லியில இருந்து வாங்கிட்டு வந்ததுதான். மழுக்குனு காபி பொடி கலர்ல இருக்கற அந்த பூந்தொட்டியில ஓரமெல்லாம் தங்க கலர்ல மால மாதிரி இருக்கறதப் பார்த்தா எனக்கு ஏதோ ஒரு சாயுபு ஜாடைத் தெரியும்.

பெரிய பெரிய சோபாக்கள் மேல ஆள் உக்காந்தா அமுங்கற மாதிரி மெரூன் வண்ண குஷன்கள் போட்டிருக்கு. ஒரு பக்க சுவத்துல பெரிய அருவி வழியற மாதிரி பெயிண்ட் பண்ணியிருக்கு. வாஸ்து பார்த்து செஞ்சது. ரொம்ப அழகா இருக்கு. நெறய பாறைங்க நடுவுல இருந்து தண்ணி நுரையும், ஓட்டமுமாப் பொங்கிவர்ரது அசலா இருக்கு. கரையோர மரங்க, புல் எல்லாம் அத்தன நுட்பமா இருக்கு. இத மொத மொத பாக்கறவங்களுக்கு ஒரு நொடி நெசஞ்தான்னு தோணும்.

டேனி போன பின்னால நான் அங்கயே நிக்கறேன். இந்த பெரிய மாளிகையில என் மகனுங்க மருமக்கள் பேரப்பிள்ளைங்கன்னு நானே நெறஞ்சு இருக்கற மாதிரி தோணுது.

ஊதக்காத்து குளிர் தாளாமல் என் ரூமுக்குப் போறேன். பெரியகட்டில்ல சாஞ்சி உக்காந்துகிட்டே மழை யப் பாக்கறேன். எவ்வளவு நேரம் தான் இப்படி தனியே உக்காந்திக்கிட்டு இருக்கறது. வீடு நெறய ஆட்கள் இருக்காங்க. இருந்தாலும் எனக்கு யாருகிட்டயும் பேசப் புடிக்கல.

சேச்சிமா... மகி குரல் கொடுக்கிறாள்.

''எந்தாட்டி''

''சா கொண்டரட்டா''

''ம்''

பொன்னிற விளிம்புகள் கொண்ட வெள்ளைக் கோப்பைகளில் தேநீர் தளும்புது. 'சுழன்று வரும் ஆவியப் பாக்கறேன்.

''அம்ம மோன் இப்பயெல்லாம் ஆ பிரபுவோட வூட்டத்தான் தேடி போகுது. ''மகி என்கிட்ட சொல்றா.

யாருடீ. அந்த கரண்ட்காரன் புள்ளையா?

''ஓம் சேச்சிமா. அதுக் கூடத்தான் இப்ப சிநேகிதம்.''

நெடு நெடுன்னு மெலிஞ்சி இருக்கும் மகி, நான் இந்த வூட்டுக்கு வந்த போது பாவாடைக் கட்டிக் கொண்டிருந்த சின்ன பெண். கிரேசக்கா, கிரேசக்கான்னு என் பின்னாலயே சுத்துவா. அப்ப இவ அம்மா இந்த வூட்டல வேல பாத்தா. இப்பம் மகியும் முன்னபோல வேல செய்ய முடியாம இவ மருமக வந்திட்டிருக்கா . இத்தாம் பெரிய வீட்டுக்கு அலெக்ஸ் என்னக் கூட்டிட்டு வரலன்னா நானும் இவள மாறித்தான் எங்கயாவது வேல செஞ்சிட்டிருந்திருப்பேன்.

மகிக்கு பெரிய தொண்டை, எதையும் கத்தித்தான் பேசுவா. சின்னமூக்கு, சின்ன கண்ணு வெளுத்த நெறம். ஒசரமா நிக்கற தைலமரம் மாதிரி இருக்கா. என் வாழ்க்கை முழுக்க அவளுக்குத் தெரியாதது எதுவுமில்ல. புதுப்பொண்ணா நான் இந்த வீட்டுக்கு வந்து கதையெல்லாம் அறிஞ்சவ இந்த வீட்டுல அவதான். நான் மனசுவிட்டு பேச முடியற அளவுக்கு எனக்கு சிநேகிதமானவ.

''இந்த மழயில அங்க எதுக்குடி போயிட்டுவரான்''

''சேச்சி என் மேல கோவிக்கண்டா. அவிட ஒரு யச்சியுண்டு. பிரபுவோட தங்க அனுமோள்'

'கர்த்தாவே!!...எனக்கு உடம்பு பதறுது.

மகி என்னடி சொல்ற.. இதுக்குத்தான் இவன் ஓடறானா? அலெக்ஸ்க்கு தெரிஞ்சா கொண்டு போட்டிடும். யாருடி அவ. நீ பார்த்திருக்கயா?

''ம்.சிலவேள தண்ணி கொள்ள பைப்புக்கு வருவா.எசபெல் காலேஜ்ல வாசிக்கா. நல்ல மஞ்சப் பொன் நெறம். பயலுவ அத்தன பேரும் பின்னாட்டியே போறானுவ. கூந்தல விரிச்சுப் போட்டு நடந்தா அசப்புல பகவதி எறங்கி வந்து நின்னாப்புல இருப்பா. கண்ணும் முழியும். சிரிப்பும் அத்தற அழகு கொள்ளாம். அந்த வூட்டுல பொறந்துறக்க வேண்டிய புள்ள இல்லா. ராசகுமாரியாட்டு.

''அவளப் பாத்துட்டு வந்துதான் கதவ தாப்பா போட்டுக் கிட்டானா?''

மகி சிரிக்கிறாள். ''சேச்சி இதல்லாம் பொம்பள ஏக்கி,.. பிடிச்சிட்டா வுடாது. அம்மயும் அச்சனு ம்ஆரும் கண்ணுக்கு இப்பம் தெரியாது. அவளட்ட கைவளயொண்ண வச்சிட்டு மோன் படுக்கையில அண்ணாந்து நோக்கிட்டு இருக்கு.''

''சிரிக்காதடீ. அவபேசறாளா இவங்கிட்ட. இவம்மட்டும் பின்னால போறானா?''

''அவக் கூப்படமலா தம்பி போகுது. இந்த குட்டிகள்ளாம் பொல்லாதவளுக.. பய லுவ பாக்கணும்னே தான் அவுளுவளுக்குள்ள பேசிச் சிரிக்கறது, சும்மா சும்மா மயிரை இழுத்து காதுகிட்ட சொருவறது,இவம் பாக்காதப்ப களுத்த ஒடச்சு திருச்சி கண்ண சொழட்டி ஓரத்துல பாக்கறது எல்லாம். இவனுவளும் ஜன்னி வந்த மாதிரி பின் னாலயே லாந்தறானுவ.. அவ காலேஜ் போற பஸ்சுக்குப் பின்ன தான் நம்பமோன் தினைக்கும் வண்டில போறது. என் தம்பி பிரண்டு பாபு சொன்னான். ''மலையாளம் கலந்த மொழியில் சொல்றா.

எனக்கு பதறுகிறது. ''இது எப்படியாகும் ஏசப்பாவே'' சிலுவைக் குறியிட்டுக் கொண்டு விரல்களை முத்தமிட்டுக் கொள்வது போல் பிரார்த்திக்கிறேன்.

வெளியில் டீனாக் குட்டி அழும் குரல் கேக்குது.. எழுந்து வறேன். அமலியின் கையிலிருந்து இறங்கி ஓடபாக்குது குழந்தை. நான் போய் வாங்கிக்கறேன்.

குளுருது சொட்டர் போட்டுக்க மாட்டேங்குது''

அழற குழந்தையைச் சமாதானம் பண்ணி தலையில் குல்லாவை மாட்டிவிடறேன். அது பிடித்து இழுத்து கழற்றப் பார்க்குது.

''மாமி கெழவி கூப்பிட்டுக்கிட்டே கெடக்கு ''சாதாரணமாய் சொல்லிட்டுப் போறா என் சின்ன மருமக அமலி.

அதுவும் சரிதான். எனக்குத் தான் மாமியார்னு பயம். இவளுக்கென்ன, அது இழுத்துக்கிட்டிருக்கும் கெழம், அவ்ளோதான். குழந்தையை பெரிய மருமக ரோசாகிட்ட குடுத்துட்டு அந்த ரூமுக்குப் போறேன்.

பெரிய அறையின் கண்ணாடிச் சன்னல்கள் எல்லாம் இழுத்து மூடி அறைக்குள்ள எப்பவும் ஒரு புழுங்கல் வாடை. நோயாளிங்க அறைகளுக்கே உண்டான மூத்திரமும், மருந்துகளும் கலந்தநெடி. பெரிய தேக்கு மரக்கட்டிலில் துணி போர்த்தப்பட்டு படுத்திருக்கிறாள் கிழவி. தலை மயிரெல்லாம் கலைஞ்சி, முகம் முழுக்க சுருக்கங்கள் படிஞ்சிருக்கு. கண்ணு ரெண்டும் பலாக்கொட்டைங்க மாதிரி வெள்ளையாய் மூடிய இமைங்கள்ல தெரியுது.

நான் வந்தது இவளுக்குத் தெரியல. இப்ப அவளுக்கு பாதி நினைவு தான். அதில் கூட அவள் ஏமானியம்மை தான்.

விக்டோரியா... திரவியம் நாயர் மனைவி விக்டோரியா. தோமஸ் அச்சனோட மகள் விக்டோரியா.. இதெல்லாம் அவ பெருமிதங்கள். விக்டோரியா மகாராணியாத்தான் அவ வாழ்ந்தா.

பெரிய சட்டத்தில் மாட்டப்பட்டிருக்கும் என் மாமியாரின் கல்யாணப் படம். அதில் கூட மூக்குல புல்லாக்கு ஒளிர, தலையில ரீத் வச்சு நெறய நகை போட்டு, தலயத் தூக்கிப்பாத்து மொறச்சிக்கிட்டுத்தான் நிக்கிறா. பக்கத்தில இவளுக்கு சம்பந்தமே இல்லாம புஷ்கோட்டு போட்டு மாலையும் பொன் சங்கிலியுமா நிக்கறார் திரவியநாயர்.

கண்ணாடி அலமாறியில் பெரிய பெரிய பைண்ட் பண்ண புத்தகங்கள். எத்தனகாலமா இங்க இருக்கு. இதையெல்லாம் இனி யார் படிக்கப் போறாங்க. பிள்ளைங்க எல்லாரும் இப்ப லேப்டாப்பும், ஸ்மார்ட்போனுமா இருக்கு. புத்தகத்துல வாசிக்கறதெல்லாம் பழங்கதையாப் போயிடுச்சு. எம் பேரக்குழந்தைங்க என்னா அழகா 1மொபைலையும்,. டாபையும்ஹாண்டில் பண்ணுதுங்க. எனக்குத் தான் டச் போன்ல பேசக் கூடச் சரியாத் தெரியல. ஏழாவது படிக்கற ஸ்மித்தான் என் போன்ல வாட்சப், இன்ஸ்ட்டா இன்னும் என்னெல்லாமோ பாக்கறான். எனக்கும் சொல்லித்தரான்.

இந்த டேனி பையன் எல்லாத்தையும் ஆன்லைன்ல தான் வாங்கறான். அன்னிக்கி அப்பிடித்தான் அவனுக்கு ஒரு பார்சல் பிளிப் கார்ட்டில் வந்துச்சி. அவன் இல்லைன்னு நானே வாங்கிப் பிரிச்சிப் பார்த்தா ஜட்டி இருந்தது. "ஏண்டா இதக்கூட வா ஆர்டர் பண்ணுறன்னு கேட்டா," போம்மா அதெல்லாம் பிராண்டட். இங்க கெடைக்காதுன்னு சொல்றான். வீட்டுல எல்லாரும் சிரிச்சிகிட்டு இருந்தாங்க..

அமலி கிண்டல் பண்ணா. ''பொண்ணு கூட ஆன்லைன்லயே ஆர்டர் பண்ணிடுவிங்க போல''

பொன்னிற ஓரங்கள் கொண்ட பைபிள் தேக்கு மரமேசை மேல வச்சிருக்கு. "அது எண்ட அச்சன் தோமசண்ட வைவிளாக்கும். லண்டன்ல இருந்து கப்பல்ல வந்தது'' கிழவி பெருமையாய் எல்லாருக்கும் காட்டுவாள். ஒரு மரச்சிலுவை அலங்காரமாய் நிற்கிறது.

நிறைய யானைகள் வரிசையாய் நிற்கும் மரச்சிற்பம் தூசுபடிந்திருக்கிறது. கீழ்ப்புற அலமாறி முழுக்க கிழவியின் மருந்துகள். குப்பிகள், டப்பாக்கள். மாத்திரை அட்டைகள், தெர்மாமீட்டர், பிபி அபாரட்டஸ்.

கோடுகள் போட்ட துணியிலிருந்து இருமல் சத்தம்.

''ஏன் இருமிக்கிட்டே கெடக்கீங்க. ஊதலிலே பேசாம ஒறங்கனா என்ன? பிளாஸ்கிலிருந்து வெந்நீரை ஊத்திக்கிட்டே சொல்றேன்.

''நாயிண்ட மோளே . எங்கட்டீ ஒழிஞ்ச. என்ட மோன ஒளிச்சி வச்சிட்டயா'' இருமிக்கிட்டே என்னை வைகிறாள்.

''ஒம்ம பொன்னு மொவன நானென்ன முந்தானயிலயா வச்சிருக்கன். குடிச்சி கிட்டு கெடப்பாரு. பேசாம மருந்த குடிச்சிட்டு ஒறங்குங்க. '' மருந்தைத் தர்ரேன்.

''அவன வரச் சொல்லட்டி. எனக்க அலெக்சு'' அழுகிறாள்.

"வந்தா உங்களச விட்டுக்களைவாக. வோணுமோ ராவுக்கு சூடாகஞ்சி வெள்ளம்மகியத்தரச்சொல்றேன். மழ எறப்பா எறங்கு. குடிச்சுப்பிட்டு அனத்தாமகெடங்கோ"

" ஏட்டிமலப்பிசாசே, நீலி எம்புள்ளய புடிச்சி ஆட்டி, இப்ப என்னயும் கொல்ல வந்தட்டயோ நாறப்பேயே. போட்டி. அவன விளிக்கி. அம்மவிளிக்கான்னு பறயேடி"' கத்தறா. அவள் கொரலக் கேக்க முடியாம எழுந்து வெளியிலவரேன்.

ஹாலில் டைட்டசும், வினோத்தும் பேசிக்கிட்டிருக்காங்க. நான் போனதும் பேச்ச நிறுத்திட்டுப். பாக்கறாங்க.

வினோத், "அத்தை. அந்த டீஓனர் நாளக்கி வருவான். நீங்க எப்படியாவது மாமாகிட்ட சைன் வாங்கிக் கொடுங்க" என்கிறான். தடித்த உடலைஇழுத்துப்பிடிக்கும் ஜெர்க்கின்போட்டுக்கிட்டிருக்கான். படர்ந்த முகமும், சிவந்த ஒல்லியான உருவமா இருந்தவன். என் பொண்ணுடாரத்தியக்கட்டும்போதுமாப்பிள்ளகுச்சியாக்கெடக்கானே என்னு எல்லாரும் சொன்னாங்க. நல்ல புள்ள தான். பிசினஸ் பண்ண தெரியல. எம் பையனுங்களோட சேந்துகிட்டு முழிக்கிறான்.

"ம்மாப்ளீஸ் ஏதாவது செய்யுமா டைடஸ் கெஞ்சறான். பாக்கப் பாவமாத்தான் இருக்கு.

"கேக்கறேன்னு பொதுவா சொல்லிட்டுவறேன். மழைச்சாரல்கள் கண்ணாடி சன்னல்களின் மேல தெரிச்சிவிழறது தெரியுது.

மணி என்ன பதினொன்னாயிருக்குமா? தூக்கம் வராம இந்த மழைக் கூதலில போர்வைய இழுத்துப் போத்திக்கிட்டு படுத்துக் கிட்டிருக்கேன். இப்படி மழசத்தத்த கேட்டுக்கிட்டே படுத்துக் கெடக்கறதும் நல்லாத்தான் இருக்கு. அலெக்ஸ், டேனி, மாமியாக்கிழவி, சொத்துபத்திரம், பிள்ளைங்க எல்லாத்தையும் விட்டுட்டு இப்பிடி என் ரூமுக்குள்ள தனியா ஓடிவந்து

தப்பிச்சிக்கறது நல்லாத்தான் இருக்கு. இது என்னோட உலகம். யாரும் நொழைய முடியாது.

மழச்சத்தம் அதிமாகுது. ஓவென்ற காத்து சுழன்றடிக்கற சத்தம், கண்ணாடிச் சன்னலில் மழைத் தண்ணி படற சிலிங்ன்ற சத்தம், நாய் குலைக்கும் ஓலம், மரக்கிளைங்க ஆடற இலைங்களோட சலசலப்பு, தூரத்துல கேக்கிற இடியோட டமால் ஒலின்னு மாறிமாறி கேக்குது. இந்த மழை சத்தத்துலயும் பறவைங்க றெக்க அடிக்கறதும், கலயறதும் கேக்குது. இதையெல்லாம் உத்துக் கேட்டுக்கிட்டு, மின்னல் வெளிச்சம் கண்ணாடிச் சாளரங்க வழியாத் தெரியறதப் பாத்துக்கிட்டு படுத்திருக்கேன்.

தமிழ்நாட்டுக்கும், கேரளாவுக்கும் பார்டர்ல இருக்க இந்த மலை எஸ்டேட்டுக்கு வந்து நாப்பது வருசமாயிட்டது. ஆரம்பத்துல இங்க பெஞ்ச மழையப்பாத்து பயந்திருக்கன்.

சின்னப் புள்ளயில எங்க ஊர்ல இப்பிடி மழயில சின்ன மஞ்சம் புல்லு குடிசையில படுத்துக் கெடந்த நெனப்பு வருது. அம்மா கூட சேந்து ஒட்டிக்கிட்டு, அவசீலய இழுத்துப் போத்திக்கிட்டு ராவில எங்க குப்பாயா சொல்ற காக்கா மூக்கரு கத, புளியா மரத்து காட்டேறி கத, நாகப்பாம்பு பொண்ணு கட்ன கத எல்லாம் கேட்டது எனக்கு ஞாபகம் வருது.

அது மலதான். ஆனா இப்பிடி மழயெல்லாம் பேயாது. இவ்ளோ ஒசரமும் இல்ல. அல்லாரும் இன்னா ஆகியிருப்பாங்க .என் வாழ்க்கையில அவுங்களயெல்லாம் மறந்துட்டு இந்த ஊரு பாஷையும், இவங்க சாமியும் இவுங்க சாப்பாடும்தான் எனக்கும்னு எப்புடி இருந்துட்டேன்...

இருட்டுப் பூச்சியின் விநோதமான ட்ட்ர்ர் சத்தம் கேக்குது. மழை வேகமா பெய்யற தரதரன்ற சத்தத்த தூக்க மயக்கத்துல கேக்கறேன்.

தேக்கு

''நீங்க கேக்கறப்ப கையெழுத்துப் போட்டுத்தர ஞான் பைத்திய மில்லடா.. யாரக் கேட்டு இந்த டீபேக்டரில பணத்தப் போட்டீங்க ''அலெக்ஸ் பேசுவதைக் கேட்டு அமர்ந்திருந்த ரிச்சார்ட், கிளிபோர்ட், விநோத் மூணு பேரும் பதில் சொல்லல.

இந்த பிராயத்திலும் அலெக்ஸ் அவங்க மூன்று பேரைவிட வலுவானவராகவேத் தெரிகிறார். சிவந்த மண்டையில் வழுக்கை பளபளக்கிறது. காதோரங்களிலும், பின்புறத்திலும் சுருண்டமயிர்கள் வெளுத்திருப்பது அவரை இன்னும் கம்பீரமாக் காட்டுது. நாயர் குடும்பங்களுக்கே உண்டான கூரிய நாசி, மீசை அடர்ந்து இறங்குது. பெண்களைப் போன்ற சிறிய உதடுகள், மடிந்து இறங்கும் தாடை, ஏறிய நெற்றியில் இன்னும் அவுர் உக்கிரத்தைக் காண்பிக்கும் பெரிய கண்களைப் பார்த்தால் யாருக்கும் ஒரு கணம் பயம் வரும். அகன்ற பெரிய உடல். குரலை உயர்த்திப் பேசறார்.

''இப்பம் என்னால எதுலயும் கையெழுத்துப் போட ஏலாது. ரிச்சி உன் இஷ்டத்துக்குப் பேசாத. இது பரம்பர சொத்து. இப்பிடியெல்லாம் தரமுடியாது. டேனிக்கு ஷேர் உண்டு. என்ட பெண் மக்களுக்கு தராண்டாமா.''

''அதில்லப்பா. இப்ப வந்த நோட்டீசுக்கு என்ன பண்றது.?

''அத நீங்க மொதல்லயே யோசிச்சிருக்கணும்.

இன்னொரு நாற்காலியில் உட்காரந்து இதையெல்லாம் பாத்துட்டிருக்கேன். நான் என்ன செய்யமுடியும்?

உங்களுக்கு ரொம்ப அர்ஜெண்டுன்னா உங்க அம்மைக்க உருப்படிகள வாங்கிட்டு போயி பேங்குல பணம் வாங்கிக்கங்க. ''அவங்ககிட்ட பேசிக்கிட்டே என்னப் பாக்குறார் அலெக்ஸ். நானும் பாக்குறேன்.

பிள்ளைகள் எதுவும் சொல்லாம எழுந்து போறாங்க. அவங்க கடனுக்கு என்நகையெல்லாம் பத்தாது.

நானும் இவரும் மட்டும் உக்காந்திருக்கோம். எதுவும் பேசிக்கல.

''அவனுங்க வந்து கேட்டா நகையத் தூக்கி குடுத்திடாத. எதுவும் திரும்ப வராது.'' என்கிட்ட சொல்லிட்டு எழுந்து போறார். நடக்கவும் இவருக்கு இருமல் அதிகமாகுது. இப்பல்லாம் சிகரெட் அதிமாயிட்டு போல.. நான் எழுந்து பின்னால போலாமான்னு நினைக்கிறேன். போகல.

வேங்கை

''என்ன பண்ற''

சும்மா''

இப்பவே எனக்கு உன்னப் பாக்கணும்

''சான்சே இல்ல''

இல்ல நான் இப்பவே வரேன்

போடா

வீட்டுக்கு வெளிய வாடீ

அய்யோ டேனி விளையாடாத

அவ்வளவு பயம் இருக்கா. அப்ப நாளைக்கு அப்சராவுக்கு வா

சரி

என்ன சவுண்ட் கொறையுது

எனக்கு பயம்மா இருக்குடா

டோன்ட் வொர்ரி... ஐலவ்யூ

.....மெசஞ்சரில் அவளுடன் பேசிக்கொண்டிருக்கிறான். இரவு ஒரு மணி. திரும்பிப் படுக்கிறான். அந்த ரூம் முழுக்க ஹெட்செட்டும், ஸ்பீக்கருமா நெறஞ்சிருக்கு. டேபிள் மேல நெறய சிடி இருக்கு. செவுத்துல பெரிசா மைக்ல பாடற ஒரு பையன் படம் ஒட்டியிருக்கு. அவன் கண்ண மூடிக்கிட்டு வெத்து ஓடம் போட

தலையெல்லாம் கலர் கலரா முடிகுத்திக்கிட்டு நிக்கற ஸ்டைல்ல இருக்கான். ஏதோ ராக்ஸ்டாரா இருக்கும். பெரிய மரக் கட்டில் சைடெல்லாம் அழகழகா பூவேல செஞ்சிருக்கு. இந்த வீட்டுல எல்லா மரச்சாமானும் எழச்சி எழச்சி தான் செஞ்சிவச்சிருக்கு. படுக்கையில விழுகிறான். அந்த அறையே பெரிய வலைபோல அவனை விழுங்குகிறது.

முற்பகல் இளவெயிலில் கருப்புநிற டீசர்ட்டும், கூலர்சும் அணிந்து அடர்ந்த சிகை காற்றில் கலைய வண்டியில் அதிவேகமாய் செல்கிறான். அவனுக்கு அந்த வளைவுப் பாதையில் அப்படி வண்டி ஓட்டுவது மிகவும் பிடிக்கும். இன்று மனம் பறக்கிறது. அனுவைப் பார்க்கப் போகிறான்.

டேனி எனக்கு பயமா இருக்கு. அவன் விரல்களைப் பற்றிக் கொண்டு அந்த அரையிருளில் சின்ன குரலில் சொல்கிறாள்.

அழுத்தமாய் அவள் கைகளைத் தன் கைகளுக்குள் பொத்திக் கொள்கிறான்.

நான் இருக்கேன் அனு. நீ சரின்னு சொல்லு இப்பவே கல்யாணம் பண்ணிக்கலாம். அவன் விழிகள் பளபளப்பதைப் பார்க்கிறாள்.

அடர்ந்த கூந்தலை இருபக்கமும் ஓரத்திலிருந்து இழுத்து கிளிப் மாட்டி விரித்து விட்டிருக்கிறாள். கரிய அலைகள் போல நெளியும் கூந்தலில் அவள் பொன்னிற முகம் இன்னும் ஜொலிக்கிறது. முன் நெற்றியில் குழல் பிசிறுகள் பறக்கின்றன. வட்ட முகம் அவள் உணர்ச்சி வசப்பட்டிருப்பதால் சிவந்து வசீகரிக்கிறது. நெற்றியில் சின்னத் துளியாக சிவந்த திலகம் அதற்கு மேல் சந்தனத்தை சின்ன கோடாகத் தீற்றியிருக்கிறாள். நேராக எழுந்த நாசி, சிவந்து கனிந்த பெரிய இதழ்கள், மூக்கிற்கும், உதடுகளுக்கும் நடுவில் வளைவு,

மென்மை காண்பிக்கும் கன்னங்கள், சீர் செய்யப்பட்ட அடர்ந்து நீண்ட புருவங்கள், அவனைப்பித்து கொள்ள வைக்கும் அகன்ற அவள் விழிகள், வளைந்த இமைப்பீலிகள், பொன் மயிர்ப்பரப்பு தெரியும் மெல்லிய கழுத்து, தோளின் வளைவுகள், மெல்லிய பெண்மை ததும்பும் உடல்..

அவன் தோள்களில் சாய்ந்து கொள்கிறாள். கை விரல்களைப் பின்னிக் கொண்டு கண்களை மூடுகிறாள். அவள் விழிகளிலிருந்து துளிகள் வழிகின்றன. தன் தோளில் சாய்ந்து அழும் பெண்ணைப் போல ஆணை வசீகரிப்பது எதுவுமில்லை.

எங்கோ ஒரு அடர்காட்டில் வேட்டையாடி தழைகளை உடுத்தி மரங்களில் வாழ்ந்த பொழுதில் காட்டில் உலவும் வேங்கைகளின் உருமல்களைக் கேட்ட பெண் ஓடி வந்து தன் பின்னே பதுங்க, அவளை வாஞ்சையுடன் அணைத்துக் கொண்டு, கையிலிருந்த ஈட்டியை வலுவாக எறிந்து வேங்கையை அழித்த ஆண் உயிர் கொள்கிறான். தன் இணையைக் காக்கும் கம்பீரம், அஞ்சி நடுங்கும் அவளை வாரிச் சேர்த்து அரவணைக்கும் ஆண்மை தலைதூக்குகிறது. யுகங்கள் கடந்தாலும் தன்னைக் காக்க ஓடி வந்து தோள் சாயும் பெண்ணை அவனுள் உறைந்திருக்கும் ஆதி ஆண் எழுந்து அணைத்து உச்சி முகர்கிறான்.

அவன் அவளுள் கலந்துவிட எண்ணுகிறான். தோளுடன் அவளைச் சேர்த்து அணைத்து சொற்களின்றி திணறுகிறான்.

அனு, அனும்மா! அவன் குரல் கனக்கிறது.

இளமையை முழுமையாக்கும் அந்த உணர்வை அவனால் சொல்ல இயலவில்லை. இக்கணம் இவ்வுலகு முழுக்கவும் மறைந்து அவள் மட்டும், மருண்ட அவள் விழிகள் மட்டும். அவள் நுதலின்

சிறு திலகம் மட்டும் அவள் விரல்கள் மட்டும், அவன் மார்பில் படிந்திருக்கும் அவள் கூந்தல் இழைகள் மட்டும் அவள் விழிகளில் வழிந்த கண்ணீர் மட்டுமே அவனுக்குத் தெரிகிறது. இக்கணம் இந்நிலை கடந்து விடாமல் உறைந்துவிட விழைகிறான்.

யாரிவள்? என்னை, என். உணர்வுகளை ஆக்ரமித்து ஒரு நொடியும் அகன்றுவிடாத இப்பெரு ம் காதலை என்னுள் எப்படி வைத்தாள். எத்தனை எத்தனை வேலைகளிலும் உள்ளத்தில் நிறைந்து பெருகும் பெருங்காதலை என்னுள் நிறைத்த என் கண்மணி, என் தேகத்தை முழுமையாக்கும் என் தேவதை.

எத்தனை யுகங்கள் கடந்தென்னை வந்தடைந்தாள். எதற்காக உண்டானது இப்பிணைப்பு. ஒரு கணமும் பிரிய இயலா இப்பேரன்பை என்னில் எப்படிக் கொடுத்தாள். கண்களைச் சுருக்கி அவள் சிரிக்கும் கணம், போடா என்று சிணுங்கும் மெல்லியகுரல், கன்னத்தில் படியும் மயிர்ச்சுருள், அசைந்தாடும் அவள் நடை, மென் சிகையின் கருமையில் ஒளிரும் கண்கள், ஓடிவந்து பற்றிக் கொள்ளும் நீண்ட அவள் விரல்கள்.கழுத்தில் படிந்திருக்கும் பொற்சங்கிலியின் வளைவு, இளஞ்சிவப்பில் தயங்கித் தயங்கி நிற்கும் அவள் பாதங்கள்....அவனுள் கலந்து அவனை மறைத்து விட்ட அக்காதல்..

மழை முடிந்து நீராவியெழும் தோட்ட புல்பரப்பில் அமர்ந்திருக்கிறார்கள்.

"லிசன்டு மீ அனு. எங்கம்மா ஒண்ணும் சொல்ல மாட்டாங்க. அப்பாதான் எகிறுவார். போயான்னுட்டு வந்துடுவேன். நீ ஸ்டடிசை முடி. மத்ததை நான் பாத்துக்கறேன்.

டானி... குரல் நடுங்க அவனைப் பற்றிக் கொள்கிறாள். அவள் உளமெங்கும் காதலும், நடுக்கமும் இயலாமையும் ஒன்றிணைந்து கலங்கியிருக்கிறாள்.

எல்லா காலங்களிலும் பெண் கடந்து செல்லவே இயலா வேட்கையை, ஆணின் மீதான தன் பற்றுதலை, அவனை முழுமையாய்த் தன் வசம் ஈர்த்து மடியினில் வைத்து மழலையாய் அரவணைத்துக் கொள்ள துடிக்கும் உணர்வினை, ஒரே கணத்தில் அவன் தாயாக, பொங்கும் இளமையின் காதலியாக... உரிமை கொண்ட மனைவியாக முழு அதிகாரமாய் அவனை ஆட் கொள்ளும் மகளாக மாறிவிடப் பேராவல் கெ ாள்ளும் உளநிலையில் கலைகிறாள்.. அது எக்காலத்திலும் நடந்து விட இயலாது என்ற இயல்பினை அவள் இளமை என்றென்றும் அறியாது.

மானுடம் தோன்றிய காலங்கள் முதலாய் பனியுகங்களில் வாழ்ந்த நியாண்டர் இனமாய் அலைந்த காலங்கள் தொடங்கி, சிந்திக்கும் அறிவு பெற்ற சேப்பியன்ஸ் மனிதர்களாய் உலகினை ஆக்ரமித்த யுகங்களிலும், பெரும்பாலைகளிலும், மாபெரும் வெள்ளங்களிலும் அடர் காடுகளிலும் கூட்டம் கூட்டமாய் வனங்களில் மிருகங்களாய் வேட்டையாடி திரிந்த காலங்களிலும் நாகரீகமடைந்த நிலையிலும் என்றென்றும் ஆணுக்கும் பெண்ணுக்கும் உண்டான ஈர்ப்பு அதன் சிக்கல்கள் எவராலும் உணர இயலாதது.

கருவேலம்

கன்னம் சிவந்து தடிச்சிருக்கறத தடவிகிட்டே படுத்திருக்கேன். என் வாழ்க்கைய இத்தன சிக்கலாக்கனது யார்? நானேதானா? இத்தன வருஷம் கழிச்சு என்னையே கேட்டுக்கறேன். மனங்கசந்து வழியுது. எதுக்காகநான்காத்திட்டிருக்கேன். இன்னும்என்னமிச்சமிருக்கு?

சாவு. அது அவ்ளோ ஈசியா வந்துடுமா? இத்தனை வெறுமையோட செத்துப் போனா என் ஆத்துமா என்னாகும்? நான் எங்கபோவேன்? இத்தன வருசமா இந்த வீட்டுல கும்பிடற சாமியோட பரமண்டலத்துக்கா? கேருபீன்களும், தேவதூதர்களும் பறக்கும் தேவனுடைய ராஜ்யத்துக்கா?

ஏழு நெருப்பைத் தாண்டி எமனும் சித்ரகுப்தனும் அழைத்துச் செல்ல, அர்ஜுனனும், இந்திரனும் காக்கும் வேங்கடப்பனும் அலர் மேலுத்தாயாரும், ரேணுகாம்பாளும் வாழற பொன்னால செஞ்ச சொர்க்க வாசலுக்கா?

இன்னிக்கு காலையிலேயே வீட்டுல ஒரே சண்டை. டேனி விஷயம் அலெச்சுக்குத் தெரிஞ்சுபோச்சு. ரப்பர் பேக்டரியில பணி செய்யற வேணுகோபால் வந்து சொல்லிட்டான்.

''நாயரே! நிங்களண்ட எளையமகன் ஆபொறக் கொளத்து பத்மை மகளட்ட பொறத்த அலயுதான். நம்ம இல்லத்து பொற வாசல்ல நிக்கக் கூட லாயக்கல்லாத ஆவூட்டுல போயி மகனக்க பிரியம் வந்தோ. என்னன்னு சாரிச்சுபாரும்''னு இவரப் பாத்து சொல்லியிருக்கான்.

கேக்க வோணுமா? பைத்தியம் புடிச்ச கொரங்கு கள்ளக் குடிச்சாப்புல எகிருராறு.

‘‘எந்தோடா வெள்ளத்தோலோடக் குட்டிய கண்டதும் ஒனக்க லெவ்வு வந்துடுச்சா. அந்த குடும்பம் ஆறுண்ணு உனக்கத் தெரியுமோ. பகவதிக்க கொடயில சாமியாடுறவன் பிள்ளட்ட என்னத்த கண்ட. சலேசியஸ் காலேஜுல வாசிச்சயே உனக்கு அங்க சிரியன் கிறித்துவக் குட்டி எவளும் கெடைக்கலயோ.

அவளத் தவிர எவளையும் நான் கல்யாணம் முடிக்கமாட்டேன்னு சொல்லுறான்.

‘‘எடே இது ஆரண்ட குடும்பம் அறியுமோ தெரவியநாயர் பேரன் நீயி. தோமஸ் அச்சன்டே இல்லம் இது. இங்க ஆ இந்து பெண்குட்டி கால வைக்க ஏலாது. அவ தான் வோணும்னா ஒரு சல்லிப்பைசா உனக்கில்ல இந்த சொத்துல மனசிலாயோ’’

‘‘எனக்கு எதுக்கு உம்ம சொத்து? என்ட அம்மைய நீரு எங்க இருந்து கொண்டு வந்தீரு. அவள் இந்து சாமி கும்பிட்டவதான’’ அய்யோ இந்தப் பையன் என்னென்னவோ பேசறானே.

அலெக்சுக்கு முகமெல்லாம் சிவந்து கோபம் உச்சிக்கு ஏறுது. நேரா என் பக்கம் திரும்பறாரு, ’’ஏட்டி சவமே என்ட மொவன எனக்க எதிர்த்து திரிச்சி விடறயா. அவனக்க அப்பம் மேல கோள் சொல்லி அவனவிட்டு, என்னக் கொல்லப் பாக்கிறயா? வேகமா என் தல முடியப்பிடிச்சி இழுத்து கன்னத்துல ஓங்கி அறையறார். எனக்கு கண்ணெல்லாம் சுத்துது. ஒரு நிமிஷம் மூளத் தெரிக்குது. அலெக்ஸ் நாயர் கை வலுவத் தாங்க ஏலாமத் தடுமாறரேன். அதுக்குள்ள ரிச்சியும் , அமலியும் ஓடிவந்து அவரத் தடுக்கறாங்க.

அச்சா எந்தோ இது. அம்மா என்ன பண்ணாங்க?

‘‘அந்த மூளி தான் இவனத் தூண்டிவிடறா. என்னக் கொல்ல வந்த பிசாசு. அம்மையும் புள்ளயும் நல்லா நெனப்புல வச்சுக்கங்க. இந்த குடும்பத்து மருமக ஒரு நல்ல கிறிஸ்தவ குடும்பத்துல

இருந்து தான் வரணும். வேறெத்த நெனப்பிருந்தாலும் அளிச்சிப்போடுங்க.''

காலையில அறைக்குள்ள வந்தவ இன்னும் நான் வெளியில போகல. பிள்ளைங்க எல்லாரும் வந்து சமாதனம் செஞ்சிட்டு போயிட்டாங்க. டேனி மட்டும் வரல. மகி கொண்டாந்த சாப்பாடு திறக்காம அப்பிடியே இருக்கு.

எனக்கு எங்க வீட்டுக்குப் போகணும்னு தோணுது. இந்த வீட்டுக்கு வந்த இத்தன வருஷத்துல எத்தனையோ சண்ட வந்திருக்கு. ஆனா இப்பத்தான் எனக்கு எங்க ஊரு ஞாபகம் வந்திருக்கு. போனா என்ன? எங்க அம்ம, அப்பன், சிவன்மாமா, முருவேசன் சின்னாப்பன், தொளசி அய்த்த, கமலண்ணன், வெங்கிட்டா, மணி. எல்லாரும் எப்பிடி இருப்பாங்க. போயிப் பார்த்தா என்ன? அலெக்சுக்கு கோபம் வருமோ? வரட்டுமே, நான் போகத் தான் போறேன்.

கதவு திறக்கும் சத்தம். டேனி வரான். என் பக்கத்துல வந்து உக்காந்துகிட்டு கையப் புடிச்சிக்கிட்டே கொழந்த சொல்றான் ''வந்து சாப்பிடும்மா'' அவன் கொரலே மாறியிருக்கு. அழுதிருக்கான். கண்ணெல்லாம் வீங்கியிருக்கு. எம்மனசு வேதனையில உருளுது. பிள்ள மனசு எத்தன க்ஷ்டப் பட்டிருக்கும்.

அவன் கையப் பிடிச்சிட்டு கேக்கறேன் ''டேனி எனக்கு எங்க ஊரப்பாக்கணும்டா. கூட்டிட்டு போறியா?''

அவன் ''நான் இப்படிக் கேப்பேன்னு எதிர்பார்க்கல.'' எந்த ஊரும்மா''

''நான் பொறந்த ஊரு.நெல்லி மரத்தூர், ஜவ்வாது மலையில இருக்கு''

குறிஞ்சி

என்னன்னே தெரியல என்னால எழுந்து உக்கார முடியல. தலை அப்பிடியே சொழலுது. கண்ணு இருளுது. எவ்வளவு நேரம் படுத்திருக்கேன்னு தெரியல. மகி கொரல் கேக்குது.

மாமி கொஞ்சம் எந்திரிச்சி உக்காருங்க. அமலி என்னைப் பிடிச்சி உக்கார வைக்கிறா. அன்னிக்கி அலெக்ஸ் அடிச்சதிலிருந்தே எனக்கு என்னமோ ஆயிடிச்சி. படுத்துட்டே இருக்கேன்.

சின்ன மருமக அமலி சண்ட போட்டாலும் உதவி செய்யறவ. இந்த வீட்டுல எல்லாரப் பத்தியும் ஏதாவது ஒரு ரகசியம் தெரிஞ்சு வச்சிருப்பா. பெரியவங்கள்லிருந்து பிள்ளைங்க வரைக்கும் அவகிட்ட தனியா பேசறதுக்குன்னு ஏதாவது இருக்கும். எல்லா வம்புகளும் இவளுக்குப் பிடிக்கும். பிள்ளைங்க போடற சண்டைங்களக் கூட நல்லா ஆர்வமா விசாரிச்சு நாட்டாம பண்ணிட்டிருப்பா. இந்த வீட்டுப் பெண்கள் ஒவ்வொருத்தரும் என்ன சேல வச்சிருக்காங்க, எத்தன நகை வச்சிருக்காங்க, பேங்க் பேலன்ஸ் என்ன எல்லாமே இவளுக்குத் தெரியும். புதுசா யாரு என்ன நகை என்ன மாடல் வாங்கப் போறாங்கன்னு கூட அவகிட்ட தான் சொல்லியிருப்பாங்க. ஒவ்வொருத்தியும் அவ அவ புருசங்கூட போடற சண்டையக் கூட எப்பிடியோ தெரிஞ்சி வச்சிருப்பா.

வீட்டுல யாருக்கு பிள்ள உண்டாயிருக்குன்ற சங்கதி கூட இவ சொல்லித்தான் எனக்குத் தெரியுது. அது தவிர வீட்டுல வேல பாக்கற வேலக்காரங்க ஒவ்வொருத்தர் குடும்ப விவகாரங்களும், சர்ச்சுக்கு வர பொம்பளைங்க எல்லார் விஷயமும் தெரியும். எல்லாரையும் கண்ட

மேனிக்கு அசராமத் திட்டுவா. ஆனாலும் எல்லாரும் அவகிட்ட தான் வந்து செய்திகளச் சொல்லுவாங்க. யாருக்கும், எந்த நேரத்துலயும் சலிச்சுக்காம உதவி செய்யுவா.

ஆளும் நல்லாயிருப்பா. நல்ல சிகப்பு, பெரிய மூக்கும், கண்ணும் அவளுக்கு அழகா இருக்கும். கொஞ்சம் குண்டான உடம்பு, ஆனா இவளும், டைடசும் சேர்ந்து நின்னா அழகா இருப்பாங்க. அவனுக்கு இவ பின்னாடியே சுத்தறது தான் வேல. அப்பிடி அன்பக் கொட்டி அவன கைக்குள்ள பிடிச்சி வச்சிருக்கா. ''மாமி கொஞ்சம் எழுந்து வெளியில வாங்க. இப்பிடியே படுத்திட்டிருந்தா இன்னும் அதிகமாகும் ''என் கையப் பிடிச்சி வெளியில கூட்டிட்டு வந்து ஹால்ல உக்கார வைக்கறா.

பெரிய மகன் ரிச்சார்ட் படிக்கும் போதே அவனுக்கு என் மாமியார் ட்ரிவான்ட்ரத்துல இருந்து காபிரி வீட்டுல தெரேசாவை பேசி முடிச்சிட்டாங்க. பெரிய குடும்பம். அவளும் நல்ல பொண்ணு தான். ஆனா திமிர் அதிகம். வீட்டுல எல்லாத்துலயும் அவளுக்கு மட்டும் ஸ்பெஷலா செய்யணும்னு நெனைப்பா.

என் பெரிய மக அஜிமோள், அவ புருசன் வினோத்விக்டர், சின்ன மகடாரத்தி. அவ புருசன் கிளிபோர்ட் எல்லாம் இதே வீட்டுல தான் இருக்காங்க. எல்லாமே பெரிய பெரிய சம்மந்தம். அலெக்சும், அவரோட அண்ணன்களும், அக்காக்களும், அவங்க அம்மாவும் சேந்து முடிவு பண்ண திருமணங்கள். எங்கிட்ட அதப்பத்தி எல்லாம் எப்பவுமே அவர் பேசறதில்ல. எல்லா விசேசத்துலயும் நகைங்கள மாட்டிக்கிட்டு, பட்டு உடுத்திகிட்டு இவர் பக்கத்துல நிப்பேன். அவ்ளோதான். அலங்காரப் பதுமை, கேள்வி கேக்காத பொம்மை, எந்த உணர்வும் இல்லாத ஜடம். ரேணுகா ஈஸ்வரி, கிரேஸ் ரேணுகா.

கல்யாணம், குழந்தைங்கன்னு இந்த வீடு எப்பவும் நிறைஞ்சு

இருக்கும். கொண்டாட்டங்களுக்கு குறைவில்லாத எடம் இந்த வீடு. இத்தன குழந்தைங்க இருக்கறதால கல்யாணப் பேச்சு, நிச்சயதார்த்தம், சம்பந்திங்க அழைப்பு, நலங்கு, திருமணம், மறுவீடு, மசக்க, வளகாப்பு, பிள்ளப்பேறுன்னு எனக்கு எப்பவும் எதாவது வேல இருந்துட்டே இருக்கும். இது போக இத்தன பேருக்கும் பிறந்த நாள், திருமண நாளு, குட்டிப் பிள்ளைங்களுக்கு பேப்டிசம், புது நன்மை கொடுக்கறது, கிறிஸ்துமஸ், ஓணம், ஈஸ்டர், சர்ச் அசனம்னு விழாக்களுக்கு குறைவில்லமா இருக்கும். சர்ச் பாஸ்டர் எப்பவும் வந்துகிட்டே இருப்பார். விருந்துக்கும், சாப்பாடுகளுக்கும், பார்ட்டிகளுக்கும் குறைவில்லாத எடந்தான். இதெல்லாம் எனக்கு பிடிச்சமானது தான். என்ன இந்தப் பிள்ளைங்க இத்தன பேத்தையும் புடிச்சு வைக்கறது தான் சள்ளையான வேல.

அலெக்சுக்குப் பின்னால யாரும் எஸ்டேட்ட சரியா கவனிக்கல. வேறவேற பிசினஸ்பண்ணணும்னு பணத்தப்போட்டு எல்லாருக்கும்.. லாஸ். இப்ப சொத்த பிரிச்சி கேக்கறாங்க. அலெக்சுக்கு எந்த மகன் மேலயும், மருமகனுங்க மேலயும் நம்பிக்க இல்ல. கோபப்படறார்.

ரிச்சி வந்து என் பக்கத்துல உக்காந்துட்டு ''அம்மா நீ ஏம்மா ஒடம்ப கெடுத்துக்கற.''அவரப்பத்தி தான் தெரியுமேன்னு சொல்றான்.

நான் எதுவும் பேசல. எழுந்து போய் போர்டிகோவுல நிக்கறேன். சாயங்கால இளவெயில் மஞ்சளா எல்லா எடத்துலயும் பட்டு ஜொலிக்குது. செடிங்க, வீடுங்க, மலை, மரங்க, வண்டியெல்லாம் மஞ்சளாத் தெரியறது சினிமா படம் மாதிரி இருக்கு. காத்து சிலுசிலுன்னு வீசுது. பறவைங்க கூட்டமா பறந்து போறது மஞ்சள் வானத்துல கோடு மாதிரி தெரியுது. இந்த மலை இங்க எவ்ளோ நாளா இருக்கும். என்ன மாதிரி எத்தன பேரு நின்னு பார்த்திருப்பாங்க. எனக்கு எல்லாமே கனவு மாதிரி இருக்கு.

"ரேணு,.."

திரும்பிப் பாக்கறேன். அலெக்ஸ் நிக்கறார். எனக்கு தொண்டையெல்லாம் அடைக்குது. கண்ணு கலங்குதா, அழறேனா? இவர் என்னை ரேணுன்னு கூப்பிட்டு எத்தற வருஷமாச்சு. எம்பேரே மறந்து போச்சுன்னு நெனச்சிட்டிருந்தேன். திடீர்னு வந்து கூப்பிடவும் என்னால எதுவுமே சொல்ல முடியல.

அழறயா ரேணு. "வேணும்னு அன்னிக்கு உன்ன அடிக்கல" என் கையப் பிடிக்கறார். எனக்கு ஒடம்பு சிலிர்க்குது. கட்டின புருஷன் தொட்டா இப்படி ஆகுமா.

எத்தனையோ வருஷங்கழிச்சு இவர் வந்து என்கிட்ட பேசுனா அது எனக்கு என்னென்னமோ பண்ணுது. ஒடம்பெல்லாம் நடுங்குது. அன்னிக்கு இவர் அடிச்சதாலதான் எனக்கு ஒடம்பு சரியில்லைன்னு பிள்ளைங்க இவர்கிட்ட சொல்லியிருக்கணும். சொல்றதெங்க? இவர்கிட்ட அவங்க யாரும் நேரடியா பேசமாட்டாங்க. யாரும் பேசவும் முடியாது. அவங்க பேசிக்கிட்டதை வச்சு இவர் வந்து என்கிட்ட மன்னிப்பு கேக்கறார்.

"அதெல்லாம் ஒண்ணுமில்ல. எனக்கு ஒடம்பு சரியில்ல அவ்ளோ தான்" என் குரல் தடுமாறுது.

என்னையே பாக்கறார். உயரமான உருவம், நல்லா பருத்து தொப்பை தெரியுது, கூர்மையான பார்வை, கன்னச்சதை அசையுது

"அப்ப ஏன் உங்க ஊருக்குப் போகணும்னு டேனிகிட்ட சொன்ன?"

ஓ. நான் ஊருக்குப் போறேன்னு சொன்னது இவரக் காயப்படுத்திடுச்சி. எனக்கே இவரப் பாக்க பாவமா இருக்கு. இப்படியெல்லாம் பேசறது இவர் பழக்கமில்ல. ஆனா என்ன பண்ணட்டும்? இப்படியேதான் ஏமாந்திருக்கேன்.

தொண்டையச் சரி பண்ணிகிட்டு சொல்றேன், ‘‘இல்ல எனக்கு எங்க ஊரப் பார்க்கணும்.சும்மா போயிட்டு வரேன். நா வந்து முப்பத்தஞ்சு வருசமாயிட்டுதே ’’சொல்லும் போதே எனக்கு பயமாயிருக்கு. கோவம் வருமா? அடிப்பாரா?

கொஞ்ச நேரம் எதிர்ல இருக்க தோட்டத்தையே பாக்கறார். பெருமூச்சு விட்டுட்டே சொல்றார். அங்க இப்ப யாரு இருப்பாங்க. நீ யாரைத் தேடிட்டு போயிப் பாக்கப் போற’’

‘‘மாமா’’ இப்பிடிச்சொல்லும் போதே என்குரல் தடுமாறுது. இப்படி இவர நான் கூப்பிட்ட காலமெல்லாம் மறைஞ்சி போச்சி. சின்னபொண்ணா எல்லாத்தயும் விட்டுட்டு இவர் பின்னாடி வந்தேன். அப்பெல்லாம் நான் மாமான்னு கூப்பிட்டா போதும் என்ன வேணும்னா எனக்காகச் செய்வார். இப்ப நாங்க ரெண்டு பேரும் பேசிக்கறதேயில்ல.

‘‘நீங்க இத்தற வருஷங்கழிச்சு என்கிட்ட பேசறதே எனக்கு நம்ப முடியல. அப்பிடி ஆயிடுச்சு நம்ப உறவு.’’ பேச முடியாம குரல் தடுமாறுது. அவராலயும் பேச முடியல. என்னையே பாக்கறார். கண்ணுல எத்தனையோ வருசங்கழிச்சு அந்த பாசம் தெரியுது. இவ எப்பிடி மாறிப் போயிட்டான்னு நெனைக்கறாரா?

‘எனக்கு அங்க யாரும் இல்ல. இருந்தாலும் நான் பொறந்த ஊரப்பாக்கணும். யாரும் இல்லன்னா என்ன? எங்க மலை இருக்குமே!எனக்கு அதப்பாக்கணும்.’’ நான் தெளிவாப் பேசறது எனக்கே ஆச்சரியமா இருக்கு.

‘‘ரேணு நம்ம ரெண்டு பேரும் பேசறதே அதிசயமாப் போயிடுச்சில்ல. உங்கிட்ட நேராப் பேசலன்னா என்ன. நான் மனசுக்குள்ள பேசிட்டேதான் இருக்கேன். ஒவ்வொரு வேலையும் உங்கிட்ட சொல்லிட்டு தான் பண்றேன்.’’ அய்யோ இவர் குரல்

இத்தனை தன்மையா இருக்கு. என்ன இப்பிடியெல்லாம் பேசறார்.

என் மனசு இரக்கப்படுதே... இல்ல இல்ல விட்டுக் கொடுக்கக் கூடாது. இப் பிடியெல்லாம் பேச இவருக்கு நல்லாத் தெரியும். இத்தற வருஷமா என்ன இப்பிடியேத் தான் ஏமாத்திக்கிட்டிருக்கார்.

நான்ஏதாவது பதில் சொல்லுவேன்னு பாக்கறார். எதுவும் சொல்லல.

''சரி அப்பபடின்னா உன் ஒடம்பு சரியான பின்னால டேனியக் கூட்டிட்டுப்போ.. '' ஒடனே திரும்பிடுங்க.

இப்படி அவர் எங்கிட்ட சொன்ன மறுநாள் அதிகாலயில ஹாலில் இருந்து சத்தமா பேசற சத்தங்கேட்டு எழுந்தேன். வழக்கமா நான் எழுந்ததும் சன்னல் வழியே வெளிச்சம் தெரியும். இப்ப இருட்டா தெரியுது. என்ன இந்நேரத்துல பேசறாங்கன்னு எழுந்து போயிப் பாக்கறேன். எஸ்டேட்டுல வேல பாக்கற வேணுக்குட்டனும், கூட இன்னும் ரெண்டு மூணு பேரும் இவர்கிட்ட பதற்றமா பேசிக்கிட்டிருக்காங்க. மேனேஜர் ரெவியும் நிக்கறது தெரியுது. கீழ எறங்கிப்போறேன்.

என்னப் பாத்துட்டு அலெக்ஸ் சொல்றார், ''நீ ஏன் எறங்கிவாற? யானங்க கூட்டமா வந்திருக்காம். தோப்புல நிக்குதுங்களாம். பயந்துட்டு ஓடி வந்திருக்காங்க. நான் போயிப் பாத்துட்டுவரேன் ''

'இந்நேரத்துக்கு போனா அதுங்க கூட்டமா எதனா பண்ணிடப் போகுது.'

''நாங்க கிட்ட போகமாட்டோம். நீ போயிபடு ரேணு''

''அவளுக்கு மேலுக்கு முடியல. ரெண்டு நாளா படுத்து கெடக்கா. ரெவிகிட்ட சொல்றார். ரெவி எங்கிட்ட திரும்பி'' நீங்க பயப்படாம இருங்க மேடம். தூரத்துல நின்னு பாத்துட்டு வரோம். ரேஞ்ச் ஆபீசுக்கு ஆளு அனுப்பியாச்சுன்னு சொல்றார்.

இவர் துணியக்கூட மாத்தாம கௌம்பிட்டார். நான் ஹாலிலயே பொடவய இழுத்துப் போத்திட்டு உக்காந்திருக்கேன். மணி நாலரை அடிக்குது. இப்பல்லாம் அடிக்கடி யான வருதுன்னு சொல்றாங்க. இப்பந்தான் பத்து நாள் இ ருக்கும், ஒரு கூட்டத்த வெடி வெடிச்சி காட்டுக்குள்ள வெரட்டி விட்டாங்க. டீ தோட்டத்த ஒட்டி தென்னந்தோப்பும், வாழத்தோப்பும் இருக்கு. அத ஒட்டித்தான் காடும், மலைச்சரிவும் இருக்கு. இப்ப மரமெல்லாங் கொறைஞ்சிடுச்சி.

நான் இங்க வந்தப்ப அது ரொம்ப அடர்த்தியான காடு. நெறய மரங்க இருக்கும். ஒயர ஒயரமா அயனி மரங்க, தேக்கமரங்க, காட்டுவாகமரங்க, ஈட்டிமரங்க, மூங்கில் கூப்புங்க, தைலமரங்க, காட்டுப்புளியமரங்க, நாவல்மரங்க, நெல்லிமரங்க எல்லாமே ரொம்ப செழிப்பா வளந்து, நெறய காட்டுக் கொடிங்க அழகா படர்ந்து அடர்த்தியா இருக்கும். அந்தச் சின்னக் காட்ட ஒட்னாப்பில ஒரு காட்டோட ஓடும். மர நெழலுலயே ஓடறதால அந்தத் தண்ணி பச்சையா சில்லுன்னு இருக்கும்.

நானும் அலெக்சும் கல்யாணங்கட்டி வந்த புதுசுல அங்க வரைக்கும் நடந்து போவோம். அவ்ளோ பசுமையான எடத்த நான் அது வரைக்கும் பாத்ததில்ல. பாதிச் செடிங்க பேரேத் தெரியாது. நெறய பூவுங்க பூத்து வண்டுங்களும், பூச்சிங்களுமா இருக்கும். ரிச்சி என் வயத்துல இருந்தப்போ அலெக்ஸ் எனக்கு அங்க நாகப் பழம் பறிச்சி தந்தது இன்னும் ஞாபகம் இருக்கு.

பிள்ள உண்டானவள அங்கெல்லம் அழச்சிட்டு போகதடா. நீலி சுத்தற எடம்னு என் மாமியார் திட்டுவாங்க. ஆனாலும் நாங்க ரெண்டு பேரும் அந்தக் காட்டுக்கு அடிக்கடி போவோம். அப்ப அங்க எஸ்டேட்டுல வேல பாக்கறவங்கல்லாம் சொல்வாங்க. ரெம்ப தூரம் போகண்டா. ஆன மறிக்கும். அவிட வெள்ளங் கொள்ள வருமுன்னு.

நாங்க காட்டுல போயித்தானா யானையப் பாக்கணும்? வீட்டுலயே ரெண்டு யானைங்களக் கட்டிப் போட்டிருந்தாங்க. எனக்கு அதெல்லாம் பெரிய அதிசயமா இருந்துச்சி. கோலப்பன், குட்டப்பன்னு ரெண்டு பெரிய பெரிய யானைங்க இங்க கொட்டிலுல நிக்கும். அப்ப வீடு நெறய இன்னும் வேலக்காரங்க இருந்தாங்க. மாதவன் குட்டிதான் ஆனைங்களப் பாத்துக்குவார். அவ்ளோ பெரிய யானைங்கள அவுரு நாய்க்குட்டிங்க மாறி பழக்கி வச்சிருந்தாரு. ஆனைங்களோட பழகிப் பழகி அவருக்கு மனுசங்களோடப் பேசவே புடிக்காது.

எனக்கு அப்ப யான சாப்பிடறதயும் , குளிக்கறதயும் வேடிக்கப் பாக்க ரெம்ப பிடிக்கும்.

மாதவன் "அம்மே வேடிக்க நோக்க வந்துடிச்சிம்பார். அவுரு மலையாளத்துலயே அதுங்க கிட்ட பிள்ளங்ககிட்ட பேசறாப்புல பேசுவார். அவ்ளோ பெரிய பெரிய தென்னை ஓலைங்களையும், வாழத்தாரையும், களி உருண்டைகளையும் யானைங்க தும்பிக்கையில எடுத்து எடுத்து வாய்க்குள்ள திணிக்கறத பாத்துக்கிட்டே இருக்கலாம். அப்பல்லாம் எதுக்கு யான வச்சிருந்தாங்கன்னு எனக்குத் தெரியல. இந்த வீடும், இங்க உள்ள ஆட்களும் எல்லாமே எனக்கு வேறதான். இவுங்க பேசன பாஷையே அப்பெல்லாம் எனக்குப் புரியாது.

நான் எங்க ஊர்ல கலைமகள் ஆர்ட்ஸ் காலேஜுல செகண்ட் இயர் படிச்சிட்டிருந்த போதுதான் அலெக்ஸ் அங்க மாதா கோயில் பாதர் கூட தேன் பண்ணையில ரிசெர்ச் பண்ண வந்தார். அப்பத் தான் எங்க ரெண்டுபேத்துக்கும் கல்யாணம்.

நான் படிச்சது தமிழ் இலக்கியம். அதனால இவுங்க பேசற தமிழும் மலையாளமும் கலந்த மொழி எனக்கு நிறைய சங்க

இலக்கியப் பாட்டுங்கள ஞாபகப்படுதுதும். மூக்குலயே பேசற இவங்க மலையாளம் நல்லாத்தான் இருக்கு. இந்த மலைப்பகுதியும். யானைங்களும். சரம் சரமாப் பூத் திருந்ததங்கக் கொன்றைப் பூக்களும், வேங்கைமரங்களும், தண்ணி ததும்பும் கயல்களும், வாவிகளும், கொக்கும், நாரையும்... ஞன்னு கொணட்டி கொணட்டி மூக்குல பேசற பாஷையும் நெஜமாவே எனக்கு கபிலரோட காலத்துக்கு குறிஞ்சிப் பாட்டுக்குள்ள வந்துட்டதா தோணியிருக்கு. குறிஞ்சி காதல் சார்ந்ந எடந்தானே. அதனாலதான் அதோட காலம் குறுகியதாவே இருந்துச்சு போல.

அப்பெல்லாம் அலெக்ஸ் என்கிட்ட அவ்ளோ பிரியமா இருப்பார். என்ன விட்டுட்டு போகவே அவருக்கு மனசு வராது. எனக்குந்தான். டீ எஸ்டேட் மொத்தத்தையும் பாத்துக்கறது அவரோட பொறுப்பு தான். அவரோட அண்ணனுங்கல்லாம் டெல்லி, மைசூர்னு வெளியூர்ல இருந்தாங்க. எல்லாரும் கெவர்மண்ட்ல பெரிய பெரிய போஸ்டிங்ல இருந்தாங்க. எங்க மாமனாரும் அப்பத்தான் காலமாயிட்டர். நான் அவரப் பார்த்ததில்ல.

அத்தை இவர தினமும் போயி கணக்கெல்லாம் பாக்கச் சொல்லுவாங்க. எங்களுக்கு கல்யாணமாகி அப்ப கொஞ்ச நாள்தான் ஆகியிருந்துச்சி. இவர் என்னயும் அங்க கூட்டிட்டு போயிடுவார். வீட்டுக்கும் எஸ்டேட்டுக்கும் பத்து மைல் தூரமிருக்கும். என் நெனப்புல எப்பவும் நெறஞ்சிருக்கறது அந்த நாட்கள் தான். நான் மனசு முழுக்க காதலோட, உலகத்ததையே ஜெயிச்சிட்டதா அலெக்சோட அன்பில் பூரிச்சி, மலர்ந்திருந்த காலகட்டம் அது. எல்லாருக்கும் வாழ்க்கையிலயும் அப்பிடி ஒரு கால கட்டம், அந்த பரவசம் இருக்கும்.அநேகமா அது கனவுகள் நெறஞ்ச மனசு பறக்கிற இளமையிலதான் நடக்கும். ஆனா வேடிக்கை என்னன்னா மனுச மனசு 'தான்' மட்டுந்தான் இத்தன மகிழ்ச்சியா இருக்கறதா

உள்ளுக்குள்ள பெருமிதப்பட்டுக்கும்.

நாங்க ரெண்டு பேரும் அத்தன அன்போட இருந்ததும் நெஜந்தான். பின்னால ஒருத்தர் மொகத்த ஒருத்தர் பாத்துக்கக் கூட முடியாத நெலம வந்ததும் நெஜந்தான். எல்லாமே வாழ்க்கையில இருக்கு. என்ன செய்ய?

ஏதேதோ யோசிச்சிக்கிட்டே உக்கார்ந்திருக்கேன். வெளியில கொஞ்சம் கொஞ்சமா வெளிச்சம் வரத் தொடங்குது .கண்ணாடி ஜன்னல் வழியா இருள் கலஞ்சி வெளுக்கறதப் பாக்கறேன். ஒரு மூலயில ஆரஞ்சு வண்ணமா வானம் சிவந்து வருது. பறவைங்க எல்லாம் றெக்கை அடிக்கற சத்தம். அதுங்களோட க்ளக், கீச், குர்ருன்னு விதவிதமான குரல்கள் கேக்குது. தூரத்துல போற பஸ் ஹார்ன் சத்தம் பாம்னு காதக் கிழிக்குது.எருமை மாட்டோட ப்ம்பான்ற சத்தம் எல்லாம் கேக்குது.

யாரோ நடந்து வரக் காலடி சத்தம். மகி தான்.

"சேச்சி ஆன வந்துட்டாமே" கேக்கறா.

நான் தலய மட்டும் ஆட்டறேன்.

காபி தரட்டான்னு கேக்கறா. வேணாங்கறேன். போனவுங்கள இன்னும் காணமே.

அலெக்ஸ் கொரல் கேக்குது. கார் வளைவுல திரும்பறப்பவே காத்துல சத்தத்த வச்சி கண்டு பிடிச்சிக்கறேன். உலகத்துல எத்தற கொரல் சேந்து ஒண்ணா கேட்டாலும் இவரோட குரல் மட்டும் எனக்குத் தனியா தெரியும் போல.

எஸ்டேட் ஆளுங்க நெறய பேர் வந்திருக்காங்க. எல்லாருக்கும் மகியக் காபி தரச் சொல்றேன்.

''பத்து பன்னண்டு ஆன இருக்கும். மூணு குட்டிங்க. எல்லாந் தோப்புல நிக்கி. தென்ன, வாழ எல்லாங்காலி. மிதிச்சி தொவச்சிடுச்சிங்க. ஃபாரஸ்ட் காரங்க வந்திருக்காங்க. ரெண்டு வெடி வெடிச்சும் அதுங்க போகல.''

ரொம்ப காலங்கழிச்சு இன்னிக்கு ஜீப்புல இவர் பக்கத்துல உக்காந்துகிட்டு போறது எனக்கு மனசுக்கு நல்லா இரு க்கு. யாருக்குமே மனசுக்கு தைரியங் குடுக்கற இயல்பு இவருக்கு உண்டு. இவர் பக்கத்துல இருக்கறப்போ எனக்கு எதைப்பத்தின கவலையும் இருந்ததில்ல.

எஸ்டேட் போற பாதயில வண்டி சீறிக்கிட்டு போகுது. காலை வெயில் மஞ்சளா கண்ணப் பறிக்குது. சுத்தியும் தேயிலைச் செடிங்க. அடர்ந்த எலைங்க குச்சிகளை மறைச்சு பந்து பந்தா தெரியுது. மழை பேஞ்சதால இலையெல்லாம் தண்ணி. சூரிய வெளிச்சத்துல அப்பிடியே ஒளிர்ந்து கலர் கலராச் செதறடிக்குது. ஓரத்துல வாதாம் மரங்க கொட பிடிச்சாப்புல படர்ந்திருக்கு. பெரிய பெரிய இலைங்களோட தேக்கு மரங்கள் . ஓரமெல்லாம் வேலிச் செடிங்க இளம் பச்சக்கலர்ல அடர்ந்திருக்கு. அதுல ஊதா வண்ணத்துல பூவுங்களும், மஞ்சளா குட்டி குட்டிப் பழங்க கொத்தா வளஞ்சி ஆடுதுங்க. வண்டி சத்தத்துல பொதர்ல இருந்து குருவிங்க கூட்டமாப் பறக்குது.

''முன்னயெல்லாம் வெய்ய காலத்துல தண்ணிக்கு யானைங்க வரும். இப்பல்லாம் எல்லா சீசன்லயும் வருதுங்க'' இவரும் ட்ரைவரும் பேசிகிட்டு வராங்க.

நான் வேடிக்கை பார்த்துக்கிட்டே வரேன். யானக் கூட்டத்த வெரட்டறதப் பாக்க நானும் வரேன்னு நான் சொன்னதும் வான்னு கூட்டிட்டு வந்துட்டார். எங்க ரெண்டு பேருக்கும் நடுவுல இதெல்லாம் ஏதோ சின்ன பிள்ள வெளாட்டு மாறி நடக்குது.

தூரத்துலயே நெறய பேர் நிக்கறது தெரியுது. வனத்துறை யூனிபார்ம் போட்டுக்கிட்டு நெறய பேர் நிக்கறாங்க.

நாங்க கிட்ட போறோம். அம்மாடி எத்தன யான. பெரிய யான ஒண்ணு தந்தத்தோட தெரியுது. பக்கத்துல இன்னும் யானைங்க நெருக்கிக்கிட்டு நிக்குதுங்க. அதுங்க ஒடம்பெல்லாம் மண், ஒரு யான மேல பாசி பச்சையா படிஞ்சிருக்கு.

ரேஞ்ச் ஆபிசரும் டி எப் ஓவும் இவர்கிட்ட பேசறாங்க.

"சார் எப்பிடியாவது வெரட்டிடுங்க. இந்தப் பக்கம் வந்துட்டா மீத மிருக்கற மொத்தமும் அழிஞ்சிடும்"

"மேட்டுப்பாளயத்துல இருந்து கும்கி வரணும். அது வரைக்கும் வெடி வெடிச்சி வெரட்டப் பாக்கலாம். பதி மூணு யானைங்க இருக்குன்னு தோணுது. அதுல மூணுகுட்டிங்க. பேச்சிப்பாற வழியா வந்திருக்கணும். இந்தப் பக்கம் வராதுங்க. "ரேஞ்சர் சொல்றார்.

அவங்க எல்லாம் இந்தப் பக்கம் நிக்கற பால மரத்து மூட்டுல ஏறி நின்னு பாக்கறாங்க. நான் இந்தப் பக்கமே நிக்கறேன். இங்க இருந்து பாத்தா பெரிய யானையோட காலும் தும்பிக்கையும் செடிங்க மறைவுல தெரியுது.

"பத்து நா மின்ன வால்பாற எஸ்டேட்டுல நாலு பேர ஆனக் கொன்னுடிச்சி. இப்பம் இதுக ஏன் இங்க வந்துருக்கு. பகவதியம்மே"அங்கிருக்கும் எஸ்டேட் ஆளுங்களும், பொம்பளங்களும் விசனமாப் பேசிக்கறாங்க.

மழை முடிஞ்சி வெயில் சுரீர்னு அடிக்குது. நான் இந்தப் பக்கம் மர நெழல்ல வந்து நிக்கறேன்.

ரெவி வந்து என்னக் கூப்பிடறார்.

‘‘மேடம், அய்யா விளிக்கன்னு’’

ஈரமண் தரையில் செருப்பு வழுக்காம பாத்து நடக்கறேன்.

‘‘ரேணு நாம டி எப் ஓ சார்கூட போயி கெஸ்ட் அவுசுல வெயிட் பண்ணலாம். கும்கி யான வரணும்’’

தலையசைக்கிறேன். ரெண்டு மூணு கார்டுங்க போறாங்க.

குறுக்கு பாதையிலே எஸ்டேட்டுக்கு உள்ள புகுந்து போறோம். எல்லாரும் பேசிக்கிட்டே வராங்க.

‘‘சார் இங்கு, உள்ள செரிகல்ச்சர் ரூம் இருக்கு. பட்டுப்புழு வளர்க்கறாங்க. பாக்குறீங்களா?’’ மேனேஜர் டிஎப்ஓ கிட்ட கேட்கிறார்.

‘‘ஈவ்னிங் பாக்கலாம். அயம் இன்ட்ரஸ்ட்டட் ’’ டி எப் ஓ பதில் சொல்றார்.

இப்பத்தான் அவரப் பாக்கறேன். சின்னப் பையன் தான். யூனி பார்மில் இன்னும் ஓசரமாத் தெரியறாரு. இப்பத் தான் ட்ரைனிங் முடிச்சு இருக்கணும். வழக்கமா பாரஸ்ட் டிபார்ட்மெண்ட்ல இருக்கறவங்களுக்கு வரும் அலட்சியம், உன்னால் என்ன செஞ்சுட முடியும்?, நீ யாரா இருந்தாலும் இந்தக் காட்டுல நான் வச்சது தான் சட்டம்னு மெதப்பா இருக்கற திமிர் இன்னும் இவருக்கு வரல. யங்ஸ்ட்டர்ஸ் வேலைக்கு வர புதுல இப்படி ஆக்டிவா இருப்பாங்க. இவரும் அப்படித் தான் போல.

எனக்கு ரிச்சி நெனப்புதான் வருது. அவனும் இப்படித்தான், அவங்கப்பாவாட்டம் நல்ல நெறம். ஸ்கூல், காலேஜ் படிக்கறப்பவெல்லாம், .எப்பவும் துறுதுறுன்னு இருப்பான்.

எனக்கு இங்க வந்ததுக்கு அப்புறம்தான் பாரஸ்ட் டிபார்ட்மெண்ட்ல இருக்கற பெரிய பெரிய ஆபீசர்ஸ் எல்லாரையம்

தெரியுது. அலெக்சுக்கு டி எப் ஓ, கன்சர்வேட்டர், சிசின்னு எல்லா பெரிய அதிகாரிங்களையும் தெரியும். இங்க வர்ர எல்லாரும் எங்க கெஸ்ட் அவுசுலதான் தங்குவாங்க. எங்க ஊர்ல இருக்கிற வரைக்கும் வாச்சர், கார்டுனு தான் எனக்குத் தெரியும். அதுக்கு மேல எல்லா அதிகாரியையும் பாரஷ்டுன்னு தான் அங்கெல்லாரும் சொல்வாங்க.

மல்பெரி செடிங்க ரெண்டு பக்கமும் வளர்ந்திருக்கிற பாதையில நடக்கறோம். கிளி பச்சை நிறத்தில் பெரிய இலைகளும் கருப்பு சிவப்பான பழங்களும் நிறைஞ்சிருக்கு. ஒத்தையடி பாதைதான். சுத்தி போகணும்னா ரெண்டு பர்லாங் தூரம். அதான் இப்படியே வர்ரோம். செடிகளை கையில தள்ளிக்கிட்டே எல்லாரும் நடக்கறாங்க. எனக்கு மின்னாடி போற இவர் திரும்பி என்கிட்ட கைய நீட்டறார்.

''மழத் தண்ணி வழுக்கும் கையப் புடிச்சுக்கோன்னு என் கைய புடிச்சிக்கறார்.

ஒரு சின்ன பள்ளத்துல மழத்தண்ணி செவப்பா இருக்கு. சேறு. அதத் தாண்டித்தான் போகணும். இவர் கையப் புடிச்சிக்கிட்டே தாண்டறேன். அப்பவும் வழுக்கப் பாக்குது.

மழையில நனைஞ்சி பளபளன்னு இருக்கற கல் கட்டடத்துக்கு வரோம். இது எங்க எஸ்டேட் ஆபீஸ். அகலமான கருங்கல் படிக்கட்டுல ஏறி உள்ள போயி உக்காரரோம்.

டி எப் ஓ அந்த எடத்த சுத்தி பாக்கறார். அவர் இரு கூட க்கிற ரேஞ்ச் ஆபீசர் என்னமோ சொல்கிறார். அலெக்ஸ் இந்த பக்கம் திரும்பி எங்கிட்ட வர்றார்.

''இவர் ஆந்திராக்காரர். யங்பெல்லோ. யானைங்க கூட்டமா இந்தப் பக்கம் வராது. காட்டுக்குள்ள தான் போகும்னு சொல்றார். நம்ப எஸ்டேட் பாக்கணும்கிறார். நீயும் வர்ரியா?

வரட்டுமா?

''வாயேன். ஜீப்புல தான் போகப் போறோம்''

எல்லாருக்கும் டீ வருகிறது. எஸ்டேட் கிளார்க் சாம் டீ ஊத்திக் குடுக்கறான்.

எஸ்டேட் உபயோகத்திற்கு இருக்கும் வண்டியில் ஏறிக்கறோம். டி எப் ஓ முன்னாடி உக்காந்துக்கறார். நானும் இவரும் நடுவுல உள்ள சீட்டுல. பின்னாடி ரெண்டு கார்டுங்க உக்காந்துக்கறாங்க. இன்னொரு ஜீப்புல ரேஞ்சரும், பாரஸ்ட்டர் கார்டுங்க எல்லாம் வராங்க. தேயிலச் செடிங்களோட பச்சையத் தாண்டி ஜீப் போகுது.

''எலிபெண்ட்சுக்கு நெறய எடம் வேணும். அது ஒரு நாளைக்கு முன்னூறு கிலோ சாப்பிட்டு இருபது மைல் சுத்தற ஜீவன். அதுங்க கூட்டத்துக்கு நடக்க வழி வச்சிருக்கும். மனுஷங்க அதை ஆக்ரமிக்கறதால கொழம்பிப் போயிதான் ஊருக்குள்ள வருதுங்க. '' டிஎப்ஓசொல்லுறார்.

சார் அப்பம் எங்க இல்லத்தில ரண்டு ஆனக் கட்டி வச்சிருந்தோம்.குட்டப்பன், கோலப்பன்னு. ரொம்ப ஷ்ரூடு. நல்லா வெளையாடும். நாப்பதுவருசமின்னால இவர்சொல்றார்.

''ஆமா அப்பல்லாம் வனத்துறை ரூல்ஸ் இப்பமாதிரி இல்ல. ஆனா இந்த அளவுக்கு மனுஷங்க இயற்கைய சீரழிக்கல.''

எல்லாரும் பாதையைப் பாத்துக்கிட்டே வரோம்.பாதி இடம் முழுக்க தேயிலச்செடிங்கதான். இலையெல்லாம் மழையில நனஞ்சு பச்சப்பசேல்னு இருக்கு. ஓரத்துல நெறயமரங்க. சின்ன எலைங்களோட புளியாமரம் மாறி ஒருமரம் நிக்குது.

பக்கத்துல ஒரு எடம் முழுக்க குட்டை பப்பாளி மரங்கள் நிக்குது. மரங்களைச் சுத்தி பாத்தி கட்டியிருக்கு. தண்ணி தேங்கியிருக்கு.

அதத் தாண்டி ஜீப் போனதும் ஒரு எடத்துல நிக்கச் சொல்றாங்க. எல்லாரும் இறங்கிப் பாக்கறோம். அந்த இடத்துல தான் எஸ்டேட் முடிஞ்சு ரிசர்வ் பாரஸ்ட் தொடங்குது. நெறய மரங்கள் இருக்கு. அந்த எடத்தோட வெளிச்சமே பச்சையா இருக்கு. ஓரத்துல பெரிய பெரிய யானைக் காதுங்க மாதிரி காட்டுச் சேம்பு எலைங்க செழிப்பா அடர்த்தியா இருக்கு. மேல உள்ள மரங்கள்ல இருந்து விழற தண்ணி எலைங்கள்ல பட்டு உருண்டு ஓடுது.

ரேஞ்சாபீசர், கார்டுங்க எல்லாரும் ஏதோ பேசிகிட்டே வராங்க. நான் இங்க இருக்கறச் செடிங்களப் பாத்திட்டே வரேன். ஒரு எடத்துல நெறய முள்ளுங்களோட ஒரு சின்ன புதர். வெளிர் நெறத்துல இருக்கற முள்ளுங்களச் சுத்தி சின்ன சின்ன எலைங்க. அது மேலயே சுருள் சுருளா கொடி படர்ந்துருக்கு. அதுல செவப்பா பழம் நிறைய இருக்கு. பூச்சிங்க வண்டு எல்லாம் பறக்குது. தும்பி மேல வந்து மோதுது.

என்னக் கூப்படறாங்க. இப்பத் தான் பாக்கறேன் அவங்க எல்லாரும் என்னவிட தூரமா போயிட்டாங்க. வேகமா நடக்கறேன்.

"என்ன நடக்க முடியலயா? இவர் வந்து என்னக் கேக்கறார்.

இல்ல அப்டியே வேடிக்க பாத்துட்டு வந்தேன்.", "முடியலன்னா சொல்லு நாம திரும்பிடலாம்" இவர் இப்படியெல்லாம் பேசறது எனக்கு சங்கடமா இருக்கு.

எல்லாரும் வேற சுத்தி இருக்காங்க.

"வாங்க போலாம்னு முன்னே நடக்கறேன். என் பின்னால வரார். என் மனசுக்குத் தெரியும் இதெல்லாம் கொஞ்ச நேரந்தான். அதனாலயே இந்த நாடகத்தையெல்லாம் மறந்துட்டு இருந்தேன். இப்ப என்னவோ திரும்பவும் தொடங்குது.

டி எப் ஓ வும் மத்தவங்களும் சரிவுல உத்துப் பாத்துட்டு இருக்காங்க.

‘‘இது பீமேல் பேர்ட். கழுத்து கருமையா இருக்குப் பாருங்க. ஆண் பறவைக்கு சாம்பல் கலர்ல கழுத்து இருக்கும்’’ டி எப் ஓ சொல்றார்.

அங்கபாரு ‘‘இவர் எங்கிட்ட காட்டறார். அந்த குட்டை மரத்துல பார்க்கறேன். ஆமாம் எலைங்களுக்குள்ள பெரிய சைஸ்ல புறா மாறி ஒரு பறவ. நல்ல கருப்பும், வெள்ளையும் சேந்த நெறத்துல கழுத்து மட்டும் கொஞ்சம் வளைஞ்சாப்புல உக்காந்திருக்கு. றெக்க அப்டியே மின்னுது. கண்ணு செவப்பா தெரியுது. ’’

‘‘பழந்தான் நெறய சாப்பிடும். இதனால காட்டுல நெறய பழ மரங்க வளருது. கொட்டைங்க இதோட எச்சத்துல இருந்து வளரும்.

ஸ்நெயில் யூ நோ நத்தை. அதக் கூட சாப்பிடும். பொதுவா தனியாத் தான் இருக்கும். இப்ப அதுங்களுக்கு ப்ரீடிங் சீசன். ஜுன்ல இருந்து ஆகஸ்ட் வரைக்கும். முட்டையிட வந்திருக்கும். இது பேரு நீலகிரி காட்டுப் புறா’’ எங்ககிட்ட சொல்றார்.

திடீர்னு க்ளங்க். ர்ர்ர்ரம்மம்னு அது ஒரு சத்தங் குடுக்குது. அடுத்த நிமிஷம் அதக் காணோம். மறைஞ்சிடுச்சி.

‘‘எனக்கு காட்டுல இருக்கற நெறய பறவைங்க, விலங்குகளப் பத்தி இன்ட்ரஸ்ட்’’

நாங்க நிக்கற இடத்துக்குப் பக்கத்துல உள்ள பொதர் அசையுது. பெரிய வாலோட அணில் ஒண்ணு எங்கள உத்து பாத்துட்டு ஓடுது.

‘‘அணில் இதோட சைஸ் பாருங்க மத்த சாதாரண அணில விடப் பெருசா இருக்கு. நல்ல சாம்பல் கலர்ல முதுகுல வெளிறி இருக்கு. வால் புஷ்ஷியா இருக்கும். மலபார் அணில்ல இது ஒரு வெரைட்டி. இப்ப மழவிட்டதால எல்லாரும் பழம் தேடி வந்திருக்காங்க. நம்பள பாத்துட்டு ஓடிட்டாங்க. இது அவங்க எடம்’’

என்னமோ சொந்தக்காரங்க மாதிரி அதுங்களப் பத்தி பேசறார். அவருக்கு இந்தக் காட்டு மேல அப்படி ஒரு சொந்தம் இருக்குன்னு அவரோட வார்த்தையிலயேத் தெரியுது. எனக்கு டேனி ஞாபகம் வருது. அவன இப்பிடித்தான் பெரிய பாரஸ்ட் ஆபீசரா ஆக்கணும்னு நெனச்சேன். அது கம்ப்யூட்டரப் படிக்கறேன்னுட்டு இப்ப லெவ் பண்ணிட்டு அலையுது.

இதோ பாருங்க, இது வேங்கைமரம். கொறஞ்சது அம்பது வருஷமிருக்கும்னு கருப்பா தடிமனான மரத்த தொட்டு காட்டறார். எலையெல்லாம் பச்சுன்னு இருக்கு. நெறய எறும்புங்க ஏறுது. நான் அந்த மரத்த தொட்டுப்பாக்கறேன். கையில சொரசொரன்னு படுது.

அம்மா! உங்களுக்கு மரம் பத்தியெல்லாம் தெரியுதா? என்னைப் பார்த்துக் கேக்கறார். இவரோட வரிசையான பல் வரிசையும். சின்னக் கண்ணும் எங்க அப்பா, சின்னாப்பா ஜாடையிலத் தெரியுது.

தெரியும்னு சிரிக்கறேன்.

''அவளுக்கு நல்லாத் தெரியும் சார். சின்னப் பிள்ளையில இருந்து காட்டுலயே வளர்ந்தவ தான். யூ நோ ஜவ்வாது ஹில்ஸ். தட் ஈஸ் ஹெர் நேட்டிவ்னு அலெக்ஸ் சொல்றார்.

என்ன ஆச்சர்யமாப் பாக்கறார். ஜவ்வாது ஹில்ஸ்? இட்ஸ் பார் சாண்டல் வுட். நைஸ் பிளேஸ்''

ஆமா அங்க நெறய சந்தன மரம் இருக்கும்'' இவர் சொல்றார்.

''இப்ப அங்க சந்தன மரமே இல்ல. எல்லாத்தையும் வெட்டி கடத்திட்டாங்க. ஐ ஒர்க் அட் இன் வெல்லூர் அமிர்தி பாரஸ்ட். நீங்க அங்க போயிருக்கீங்களா? ''

''ம் . சின்னப் பிள்ளையில போயிருக்கேன். ஸ்கூல்ல இருந்து எஸ்கர்ஷன் போயிருந்தோம். நாக நதியின்னு ஒரு சின்ன ஆறு

இருக்குமே . நெறய தண்ணி ஓடும். அப்ப நாங்க வேலூர் கோட்டையெல்லாம் பார்த்தோம்'' நான் சொல்றத கேட்டு சிரிக்கறார்.

''அம்மா... நாக நதியா? அதெல்லாம் இப்ப காஞ்சு இருக்கு. அப்படியே நடக்கறோம். ரொம்ப இன்ட்ரஸ்டா சொல்றார்'' என்னோட சொந்த ஊர் தெலுங்கானாவுல ஒரு சின்ன ஊர். அதனால எனக்கு காட்டைப்பத்தி நல்லா தெரியும்.

காட்டுல ஈகோ சிஸ்டத்த நாம இப்ப கலைச்சிட்டோம். இத்தன பூச்சிகளும், வண்டுங்களும், பறவைங்களும் சேர்ந்து வாழற இடம். இதுல மனுஷனுக்கு மட்டும் எத்தன சுயநலம்?

யானைங்க இப்பிடிக் கூட்டமா ஒரு எடத்த விட்டு இன்னொரு எடத்துக்கு போறது அதுங்க இயல்பு. காலங்காலமா உலாத்தற கூட்டம். யானையே ஒரு பெரிய காடு மாறி தான். நெறய சின்ன சின்ன உயிரினங்க எல்லாம் சம்பந்தப் பட்டிருக்கு. யானையோட சாணத்துல வளருற பாக்டீரியாக்களும், வண்டுகளும் காட்டோட இயற்கை உரம். பல நூறு விதைகள் காடு முழுக்க முளைச்சு வருவதற்கு யானைகள்தான் காரணம்.

அதோட சாப்பாட்டத் தேடியும், தண்ணியத் தேடியும் பல நூறு மைல் போக அதால முடியும். நாம எல்லாம் டைனோசரப் பாத்ததில்ல. உலகம் முழுக்கத் திரிஞ்ச அந்த பெரிய உயிரினங்கள நாம பார்த்ததில்ல. கடல்ல இருக்க ப்ளூவேல் தான் பெரிசுன்னு எல்லாருக்கும் தெரிஞ்சிருக்கு. ஆனா அதப்பாக்க நாம யுரோப், அமெரிக்கான்னு போனாத்தான்.

இத்தன பெரிய உயிரா நம்ம கண்ணு முன்னால திரியற யானைங்கள பத்தின அரும நமக்குத் தெரியல. இன்னிக்கு இந்த மலையில இந்தக் காட்டக் கடந்து போற இந்த பாதை அதுங்களோட உள்ளுணர்வுலயே ஜீன்லயே கலந்திருக்கும். பல நூறு

வருஷங்களுக்கு முன்னால இதோட தாத்தாவுக்கு தாத்தா யானைக் கூட்டம் இந்த எடத்த கடந்திருக்கும். ஒரு விதத்துல காட்டோட எல்லையக் காப்பாத்தறது யானைங்கதான். இப்ப மனுஷங்க நடுவுல புகுந்து அந்த எடத்துல யெல்லாம் எதையெதையோ உரு வாக்கிட்டாங்க. அதுங்களுக்கு அந்த வழி மறைக்கப் படறாதால புத்திமாறி தாக்குதுங்க. பொதுவா யானைங்க ஒதுங்கிப் போற இயல்பு கொண்ட மிருகங்க தான்.

மனுஷ குலத்தோட ஆசைக்கு அளவே இல்ல. இதுல பாதி முட்டாள் தனமான மூர்க்கத்தனமான வேலங்க வேற. காட்டப்பாக்க வரோம். எங்களுக்கு நேச்சர் மேல ஆர்வம்னு ஒரு கூட்டம் வந்து இன்னும் காட்ட நாசம் பண்றாங்க. இவங்க காட்டசுத்திப் பாக்கறோம்னு பண்ற அட்டகாசம் கொஞ்ச நஞ்சமில்லை. பிளாஸ்டிக்க தடை பண்ணாலும் தெரியாம கொண்டு வராங்க.

நம்ம ஊரு லேடீசுக்கு, பிளாஸ்டிக் பை யூஸ் பண்ணக் கூடாதுன்னா என்ன கோபம் வரும் தெரியுமா? இந்த மாறி ரூல்ச ஜெண்ட்ஸ் கொஞ்சம் மதிப்பாங்க. பொம்பளைங்களுக்கு நாம ஒருத்தர் யூஸ் பண்ணலன்னா என்ன? அதைப்பத்தி எனக்கு என்ன அப்பிடின்னு அலட்சியம்.

அவர் பேசப் பேச நாங்க எல்லாரும் அப்பிடியே வாயப்பாத்துகிட்டு நிக்கறோம். எனக்கு அவர் சொல்றது எத்தன முக்கியம்னு மனசு பெசையுது.

சரிவு முடிஞ்சி மேட்டுல நடக்கறோம். வானம் இருண்டு மூடுது. திடீர்னு வெயில் கொறஞ்சி நெழல் படியுது. மரங்களத் தாண்டி தெரியற மலைச் சரிவெல்லாம் அப்படியே மழ மேகம் மூடியிருக்கிறது தெரியுது.

கண்ணு பாக்கற தூரம் பச்சையும் மலையும் மேகமும்... அப்பிடியே இந்தக் காட்டோட கலந்து போயிடணும்னு எனக்குத் தோணுது.பள்ளத் தாக்குல ஒரு எடத்துல மட்டும் ஒரு வட்டமா வெயில் பளீர்னு தெரியுது. சுத்தியும் மேகம் கவிழ்ந்து மூடி ஒரு எடம் மட்டும் வெயிலடிக்கறத மேல இருந்து பார்க்க பெரிய சூரியகாந்தி மஞ்சளா மலர்ந்திருக்கிற மாதிரி இருக்கு.

திரும்ப நாங்க வரதுக்குள்ள கும்கி யான வந்தாச்சு. யானக் கூட்டம் எறங்கி மலைச் சரிவுல நடக்கறதப் பாக்கறேன்.

சார் பேசனத கேட்டப்பறம் இதுங்க எனக்கு ரொம்ப நெருக்கமாயிட்டாப்ல இருக்கு.

வாகை

பதினஞ்சு நாளா இந்த பயணத்துக்கு நான் தயார் பண்றேன். இந்த வீட்ட விட்டுட்டு போறது அவ்ளோ ஈசியா? அம்மாடி! எத்தனை சங்கதி இருக்கு. யோசிச்சுப் பாத்தா எனக்கு எத்தற கடமைன்னு கணக்கேயில்ல. என் உடம்புல போட்டிருக்கற நகைங்க மாதிரிதான் இத்தன வேலையும் எனக்கு. விட்டுட்டு ஓடவும் முடியாது.

முதல்ல இந்த மாமியாக் கெழவிய ஒப்படைக்கறதே பெரியவேல. மகி கிட்டதான் சொல்றேன். அவளும் அவமருமக ரோசாவும் பாத்துக்கறேன்னு ஒத்துக்கறாங்க. படுக்கையில கெடந்தாலும் இந்தக் கிழவி வாயிக்கு எந்த நாயும் கிட்ட வராது. அப்பப்பா என்ன வசவு, நாக்குல என்ன வரும்னே சொல்ல ஏலாது. இவுங்க பரம்பரயே இப்டித்தான் போல.

அலெக்சோட பேச்சுதான் அவருக்கு எதிரி, இப்ப இந்த ரிச்சி மோனும் அப்பிடித்தான் பேசறான். நேத்தெல்லாம் ரேசா வந்து அழுதுட்டிருந்தா. அவகிட்ட அவ அப்பன் வீட்டு சொத்தக் கேட்டு சண்ட போட்ருக்கான். சண்டைன்னா கண்ட கண்ட வார்த்த பேசறது இந்த வீட்டு ஆம்பளைங்களுக்கு சாதாரணம்.

அந்த பொண்ணு பாவம் இப்பிடியெல்லாம், தேவிடியா, நாறச்சிறுக்கி, யா,.. க... . ளினு கண்டபடி கேக்கவும் மன சொடிஞ்சி போயி நிக்கறா. பயந்து தான் போயிருக்கா. மாமி என்னக் கொண்ணுடுவார்னு நெனச்சேன். களுத்த பிடிச்சி நெறிக்க வந்தாருன்னு சொன்னப்ப அந்தப் பிள்ள ஒடம்பே நடுங்குச்சி. இந்த வீட்டுக்கு இவளும் இன்னொரு ரேணுகாவா வந்துட்டாளோன்னு

மனசு கெடந்து பெசையுது. எப்பிடியோ சமாதானம் பண்ணி அனுப்பினேன்.

ரிச்சியக் கூப்பிட்டு வாங்கு வாங்குன்னு வாங்கனேன்.

இல்லம்மா கோவத்துல பேசிட்டேன்னு சாதாரணமாச் சொல்றான். என் வயித்துல பொறந்ததா இப்பிடின்னு எனக்கு கொமட்டுது. ஆனா இவங்க பரம்பரத்தமே இப்பிடித்தான். எல்லாத்துலயும் உச்சந்தான. அன்பு, பாசம், காதல், கோவம் எல்லாமே அதிகந்தான். அதயெல்லாம் தாங்கிக்க யாரால ஏலும்.

ஆம்பளன்னு இல்ல பொம்பளைகளும் இப்பிடித்தான். என் மூத்த மவ அஜி அப்பிடியே அவ பாட்டி இந்த விக்டோரியாக் கெழவிதான். அவ புருசன் வினோத்து பாவம். இவ சொன்னா ஒரு வார்த்த பதில் பேச மாட்டான். ஆனாலும் அவனப்படுத்தி தான் வச்சிருக்கா. வார்த்தைன்னு வந்துட்டா அவ பேசற பேச்சு, அம்மாடி. எம்மகளா இருந்தாலும் ஞாயம் ஞாயந்தான. இந்த வீட்டுல அவ அண்ணிங்களயும், வேலக்காரங்களையும் படுத்தறதுல அடுத்த விக்டோரியாவே தான். சின்னவ டாரத்தியும் சளைச்சவ இல்ல. அக்காளும் தங்கச்சியும் ஒருத்திய ஒருத்தி விழுங்கிடுவாளுங்க. இவளுங்கள விட எம் மருமகளுங்களே பரவால்லன்னு செல சமயம் தோணும்.

ஆளு உருவம் எல்லாம் ரெண்டு மகளுங்களும் அவுக பாட்டி மாதிரிதான். அதிக ஓயரம் கெடயாது. கொட மொளகா மாறி புடச்ச மூக்கு. கண்ணு, வாயி மோவாயெல்லாம் சின்னதா ஒரே மாதிரித்தான் இருப்பாங்க. நல்ல செகப்பு, ரெண்டு பேத்துக்கும் முடி கம்மியாயிடுச்சி. கெழவி மாதிரியே சின்னதா வெட்டி விட்டுக் கிட்டாளுவ. என் கிட்ட வந்து அம்மா நீ மட்டும் எப்டிம்மா ஒல்லியா இருக்க. இன்னமும் இவ்ளோ நீளத்துக்கு முடி வளத்துக்கறன்னு நாத்தனார் தோரணயில கேக்கறாளுங்க. நான் என்னடீ பண்ணட்டும்

நீங்க ரெண்டு பேரும் உங்க பாட்டி மாறின்னு சொன்னாலும் கேக்காம ஏதேதோ சொல்றாளுங்க

ரெண்டு பேரும் என்னை மாதிரி கெடயாது. நல்ல தைரியமானவளுங்க. எஸ்டேட் மேனேஜர்ல இருந்து வீட்டு வேல பாக்கற அப்புச்சன் வரைக்கும் எல்லாருக்கும் பதில் சொல்லுவாளுங்க. அதுவும் ஒரு விதத்துல நல்லது தான். அப்பிடியெல்லாம் இல்லாமத்தான் நான் எல்லாருக்கும் பயந்துகிட்டு மனசு முழுக்க வேதனைய வச்சிகிட்டு காலத்த கடத்தியிருக்கேன். ஆனா எம்பொண்ணுங்க அப்டியெல்லாம் இல்ல. நல்லா படிச்சி, தெளிவா இருக்காங்க. ஒருத்தியும் புகுந்த வீட்டுக்குப் போகல. இங்கயே புருஷனுங்கள இருக்க வச்சிட்டாளுங்க. அலெக்சுக்கு பெண் மக்கமேல தான் பிரியம் அதிகம். அதனாலயே மருமகனுங்கள நல்லா வளச்சி வீட்டுலயே வச்சிக்கிட்டார். இப்ப சொத்து விஷயத்துலதான் அவருக்கு வருத்தம். மத்தபடி என்னை பிடிக்காட்டியும் பிள்ளைங்க மேல உசிராத்தான் இருப்பார்.. வீடு நெறஞ்சு எம்பிள்ளங்க இருக்கது மட்டுந்தான் நான் கண்டதுன்னு அவரோட சிநேகிதக் காரங்ககிட்ட சொல்லுவார்.

பிள்ளைங்களும், பேரப்பிள்ளைங்களும் சாப்பிட்டப்பறந்தான் சாப்பிடுவார். சின்ன மகன் டைட்டசோட மக டீனாக் குட்டிய கைய விட்டு எறக்கறதில்ல. அதுவும் தாத்தி தாத்தின்னு தாவிக்கிட்டு போகும். இன்னும் பேச்சு வரல .தாத்தி, அம்மின்னு எல்லாரையும் கூப்பிடுது. அலெக்ஸ் ஒரு கையில சிகரெட்டோட கொழந்தைய வச்சிக்கிட்டிருக்கறப்ப எனக்கு பயமா இருக்கும். சுட்டுடப் போகுதுன்னு. ஆனா கூப்பிட்டாலும் அது தாத்தாகிட்ட இருந்து வராது. காலி சிகரெட் அட்டய வாயில வச்சிக்கிட்டு அவர் மேலயேத்தான் கெடக்கும். எல்லாப் பிள்ளைங்களயும், பேரக் கொழந்தைங்களையும் இப்பிடித்தான் வளர்த்தார்.

அஜியும் டாரத்தியும் டாடி டாடின்னு கொஞ்சிகிட்டு கெடப்பாளுங்க. ரிச்சியும், டைடசும் ஸ்கூல் படிக்கும்போதே கார் ஓட்டுவானுங்க, இவர் சொல்லித்தரது தான். அவனுங்க ரெண்டு பேரையும் எல்லா ஸ்போர்ட்ஸ் கிளப்லயும் பணங்கட்டி சேத்து விட்டார், காலேஜில படிக்கையில் என்ன கேட்டாலும் வாங்கித்தந்தார். இவனுங்க கூடப் படிச்ச ப்ரண்ட்சுக்கெல்லாம் செலவு பண்ணுவார்.

பொம்பளப் பிள்ளைங்களுக்கும் அப்பிடித்தான் செல்லம். இந்த பிள்ளைங்களுக்கு அவர் வாங்கித் தந்த ட்ரெஸ், ஷூ ,மேக்கப் பொருளுங்க, வளையலுங்க, தலை மாட்டிங்கள வச்சிருந்தா இன்னொரு எஸ்டேட் பங்களாவே கட்டியிருக்கலாம். சாப்பாடும் அப்பிடித்தான். நெதம் கறியும், மீனும், மொத்தமா வாரத்துக்கு வாங்கிட்டு வந்து ப்ரிட்ஜூல நெறச்சிடுவார். டேனிக்கு இப்பவே பெரிய பைக் வாங்கித் தந்திருக்கார். அவன் கேட்டான்னு புது டச்ஸ்க்ரீன் லேப்டாப் ஒரு லட்சம் குடுத்து வாங்கித் தந்திருக்கார்... பெரியவ மகன் பென்னிக்கு பேட்டரி கார் வாங்கித் தந்திருக்கார். பேரப் பிள்ளைங்க அத வெச்சி வீடு முழுக்க ஓட்டிக்கிட்டு திரியுதுங்க. எல்லாஞ் சரிதான். அவரு சொல்றதுக் கேக்கலன்னா எங்கிருந்துதான் வந்து அந்த பேய் ஆட்டும்னு தெரியல. கண்ட மேனிக்கு பேசுவார்.

எனக்கு இப்பிடியெல்லாம் பேச்சக் கேட்டு பழக்கமில்ல. நான் பொறந்து வளந்த நாகரீகம் படியாத எங்க மல நாட்டுல யாரும் இப்பிடியெல்லாம் வையமாட்டாங்க. கோவம் வந்தா ரெண்டு வார்த்த வையறதுதான். ஆனா இப்பிடி வார்த்தையில வெஷத்தவச்சி பேசற பேச்செல்லாம் இங்கதான் கேட்டேன். எங்க ஊரு மக்களெல்லாம் ஒண்ணுந் தெரியாதவங்க. பணமில்ல, இந்த மாதிரி நகையெல்லாம் இல்ல. இங்க சாப்பிடற சாப்பாடெல்லாம்

அவுங்களுக்குத் தெரியக் கூடச் செய்யாது. இப்பிடி பொருளக் கொட்டி பளிங்கும், தேக்குமா இழைச்சி கட்டுன வீடெல்லாம் அவுங்க பாத் ததே இல்ல. எங்கியோ காட்டுக்குள்ள சின்ன ஓலக் கொட்டாவுல, மஞ்சம் புல் குடிசயில கூழாக்கித் துண்ணுனு இருந்தவங்க. ஆனாலும் என்ன? இத்தற காலங்கழிச்சு எனக்கு அந்த வாழ்க்க எவ்ளோ அழகானதுன்னு தோணுது. ஆணும் பொண்ணும் சேந்து காட்டுக்கோ, கொல்லைக்கோ போயி கெடைக்கறத கொணாந்து ஆக்கித் தின்னுட்டு ஆடு மாடுங்களகூட வூட்டு ஆளுக மாறி வச்சிகினு வாழறது எவ்ளோ நல்லாருக்கும். இந்த மாறி குத்திக் கொதறி உள்ளுக்குள்ள வன்மம் வச்சி ஒருத்தர ஒருத்தர் கொல்லணும்னு துடிக்கிற கேவலமெல்லாம் இல்லாம, அமைதியா இருக்கறது எத்தன பெருசு. அவுங்கல்லாம் அத்தக் காட்டுல இருக்கற குருவிங்க மாறி சந்தோஷமா றெக்கையடிச்சி பறந்து, கெடச்ச சின்னப் பழத்தக் கொத்தி சாப்பிட்டு நிம்மதியா இருந்தவங்க.

இந்த வீட்டுல பிள்ளைங்க எல்லாரையும் சேத்து இணைச்சி வச்சிருக்கது நாந்தான். இல்லன்னா இவங்கல்லாம் ஒருத்தருக் கொருத்தர் பேசக் கூட மாட்டாங்க. அத்தன போட்டி, பொறாமை.

இதுல யாரு இந்தக் கிழவிய வேற பாத்துக்கறது. பேசாம இந்தக் கெழவி செத்துட்டா என்ன? நானும் நிம்மதியா இருப்பேன். இன்னும் அது உயிர் இழுத்துக்கிட்டு கெடக்கு. நல்லா இருந்தப்ப இந்த வீட்டையே, ஏன் எஸ்டேட்டையே ஆட்டி வச்சவ. இப்பமும் மனசுல அதே நெனப்பு. எம் புருசன் அலெக்சுன்னா உசுரு. அதனாலயே தான் எல்லா சண்டையும். இன்னும் எங்க ரெண்டு பேத்துக்கும் நடுவுல நிக்கறா. செத்து ஒழிஞ்சாத் தான் என்ன?

என் மனசுல வர எண்ணத்தால எனக்கே அறுவறுப்பா இருக்கு. சே. என்ன இப்பிடியெல்லாம் யோசிக்கறேன். எத்தற அல்ப குணம்

எனக்கு. எங்கயோ இருந்து பதினேழு வயசு பொண்ணா அலெக்ஸ் என்ன கூட்டிட்டு வந்தப்ப மாத்திக்க வேற துணிகூட இல்லாமதான் இங்க வந்தேன். மகன் மேல உள்ள பாசத்துல என்ன மருமகளா அரவணைச்சது இவங்க தான. பின்னால பல முரண்பாடு வந்திருக்கலாம். ஆரம்பத்துல என் மேல உசிர வச்சிருந்தா. என்ட சின்ன மருமோளுன்னு சர்ச்சிலயும், ஊருக்குள்ளயும் எல்லார் கிட்டயும் சொல்லிச் சொல்லி பூரிச்சிக்குவா. நான் அழகா இருந்தது அவளுக்குப் பெரும. என் மவன் வடக்கால இருந்து தேவ குமாரிய கொண்டாந்துருக்கான்னு சொல்லுவா. அவளுக்கு பாலக் காட்ட தாண்டனா எல்லாமே வடக்கத்தான்.

அவபொக்கிஷத்துல பொத்தி பொத்தி வச்சிருந்த நகையெல்லாம் எனக்குப் போட்டு விடுவா. எங்க போனாலும் என்ன அழச்சிட்டு தான் போவா. மோளே, என்ட பொன்னுமோளேன்னு என்ன கைக்குள்ளயே வச்சிருந்தா. லேசா அன்பா பேசனாலே உருகற எனக்கு இத்தன பிரியத்த காட்டுனா கேக்க வேணுமா. அவ காலடியில உழுந்தது கெடந்தேன். என் நாத்திங்க, ஓர்ப்படியாங்க எல்லாருக்கும் அது பொறாமையாத்தான் இருந்துச்சி. எனக்கு அஞ்சி பிரசவம் பாத்து தாயி மாறித்தான் இருந்தா.

எப்படியோ மனசுல விலக்கம் வந்திடிச்சி. நாள் ஆக ஆக என்னக் கண்டாலே அவளுக்கு ஆகல. நான் பதில் பேசாம நிக்கறதே அவளுக்கு ஆத்தரத்தை அதிகமாக்கிச்சு. எத்தற அழுத்தன் டீ உனக்கு. இப்பிடி நிக்கறயேன்னு என்ன வைவா. ஆன ா உண்மை என்னன்னா எனக்கு அப்டியெல்லாம் பட்டுன்னு பதில் பேச வராது. நான் பொறந்து வளந்த பழக்கத்துல இப்டியெல்லாம் பேசத் தெரியாமயே இருந்துட்டேன். அது இவளுக்கு, அலெக்சுக்கு எல்லாம் அவங்கள அவமதிக்கற மாதிரி தோணிச்சு. நான் தெகச்சி நிக்கறத திமிருன்னு நெனச்சு என் மேல இன்னும் வன்மம் வச்சாங்க.

என்ன மாதிரியே கொணத்துல வந்திருக்கான் டேனி. கடைக்குட்டி. அவன் வளர்ச்சியே மெதுவாத்தான் இருந்தது. லேட்டாத்தான் நடந்தான், அஞ்சி வயசுல தான் பேசனான். இவுங்களுக்குத்தான் அது வித்தியாசமா இருந்துச்சி. எனக்கு அது சாதாரணமாத்தான் இருந்துச்சி. எங்க ஊர்லயெல்லாம் பசங்க மெதுவாத்தான் பேசும். அவங்க வாழ்க்கையில இந்த மாதிரி ஓட்டமெல்லாம் இல்ல. மெதுவாத்தான் எல்லாமே இருக்கும். அதனாலயே எம்புள்ள எனக்கு மனசுக்கு நெருக்கமாகிட்டான்.

''அவ அம்மய மாறியே அழுத்தம். எதனா கேட்டா பதில் சொல்றானா பாரு.' 'குழந்தய இப்டி எல்லாரும் திட்டி திட்டியே அவன் யாருகிட்டயும் பேசாம ஆகிட்டான். அதனாலயே எனக்கு அவன் ஸ்பெஷல் ஆகிட்டான்.

அத்தைக்கு இந்த வீட்டுல இருக்க, எல்லா உரிமையும் இ ருக்கு. அவள் இருக்கற வரைக்கும் மகராசியா இந்த வீட்டுல இருக்கட்டும். எனக்குத்தான் புத்தி பெசகி போயி என்னென்னவோ நெனைக்கிறேன். இவளப் பாத்துக்கறதையும், வீட்டுப் பொறுப்பையும் அமலிகிட்ட தான் சொல்றேன்.

அஜிமோள் கிட்ட அவ அப்பாவுக்கு மருந்தெல்லாம் குடுக்கச் சொல்றேன். அவர் பி.பி. மாத்தர சாப்பிடறார் .

இவுங்க குடும்பத்துக்கே உண்டானது அது. அப்பப்பா என்னா கோபம், என்னா எகிறல். யாரும் சளைச்சவங்க இல்ல. எல்லாருக்கும் நாப்பது வயசுலயே பி.பி வந்துடுது. வராதா பின்ன?

நான் இல்லன்னா எப்பிடி இந்த வீட்ட பிள்ளைங்க சாமாளிக்கும்னு ஒரு நிமிசம் நெனைக்கிறேன். எல்லாருக்கும் ரெண்டு ரெண்டு கொழந்தைங்க. டாரத்தி கைக் கொழந்தைய வச்சிருக்கா. பேரப் பிள்ளைங்க எல்லாத்துக்கும் நான் வேணும். ஆச்சி

ஆச்சின்னு வரும்க. மருமகளுங்களும் என்கிட்ட கொணாந்து பிள்ளைங்களத் தந்துட்டு வேற வேலைங்களப் பாா்ப்பாங்க. டீனாக் குட்டிக்கு இந்த மாசம் வேக்சின் போடணும். அது பாடாப்படுத்தும். இப்படியெல்லாம் நெனைக்கயில போக மனசு வரல.

அப்றமா எனக்கேத் தோணுது, எல்லாம் சமாளிப்பாங்க. நான் தான் அப்பிடி நெனச்சிக்கறேன். இவங்க எல்லாம் எப்படா இவ போவான்னு கூட நெனைக்கலாம். நான் போயிட்டா ஒலகம் சுத்தறது நின்னுடவாப் போகுது. என் எடத்துக்கு வேற யாராவது வருவாங்க.

நானும் டேனியும் நாளைக்கு கெளம்பணும். பஸ், ட்ரெயின் எதுவும் வேணாம். கார்லயே போங்கன்னு அலெக்ஸ் சொல்லிட்டார். போகறதுக்கு வழியெல்லாம் அவனுக்கு சொல்லித்தறார். பெரிய குவாலிஸ் வண்டியில டிரைவர், நான், டேனி மூணு பேரும் காலையில கெளம்பணும். அலெக்ஸ் திடீர்னு எங்கிட்ட பேசறது என்னமோ மாதிரி இருக்கு. வார்த்தைக்கு வார்த்த ரேணு ரேணுங்கறார். கல்யாணம் முடிஞ்ச புதுசுல இப்டித்தான எங்கிட்ட பேசுவாரு. இப்ப அவரு பேசறது எனக்கு ரொம்ப வித்தியாசமாத் தெரியுது. நேத்து ராத்திரி திடீர்னு என் ரூமுக்கு வந்து கட்டா ...பணத்தக் குடுத்தார். நான் அத எண்ணிக் கூடப்பாக்கல. ஐநூறு ரூபாக்கட்டு. அம்பதாயிரம் இருக்கும். எனக்கு இவ்ளோ பணம் வேணாம்னு சொன்னேன்.

''அங்க யாருக்காவது கொடுக்கணும்னு நெனச்சா குடு. உங்க அண்ணென் கமலன் இருப்பான்னு நெனைக்கறேன்'' அவர் கொரல் தடுமாறுது. அவங்கல்லாம் எப்டி இருக்காங்களோ ...'' சொல்லிட்டு என்னையேப் பாக்கறார். நானும் வரட்டுமான்னு கேக்கறாப்புல இருக்கு. நான் வாங்கன்னு சொன்னா கெளம்பிடுவார். ஆனா கூப்படல. வேணாம். இவர விட்டு போகணுன்றதுதான் என் பிளான்.

''நாலு நாள் போதும். ஒடனே திரும்பிடுங்க'' அழுத்தமாச் சொல்றார். அவருக்கு எங்கயோ உள் மனசுல நான் போறது வலிக்குது. அவர் டென்சன் ஆகறதைப் பாத்தா பாவமா இருக்கு. இருந்தாலும் ஒண்ணும் சொல்லல. ஒரு வேளை நான் உள்ளுக்குள் இதை ரசிக்கறேனா?

வண்டி எஸ்டேட்டைத் தாண்டி காலைப் பனியில கௌம்புது. எல்லாரும் நின்னு எனக்கு கை அசைக்கறாங்க. திரும்பிப் பாத்துட்டே இருக்கேன். மறுபடியும் இந்த எடத்தைப் பாக்க மாட்டேனா. இது தான் என் கடைசிப் பயணமா? சே. ஏன் இந்த மனசு இப்டில்லாம் நெனைக்குது. அலெக்ஸ் நின்னுகிட்டேயிருக்கறது தெரியுது. எனக்கு கண்கள் கலங்கி மங்கலாத் தெரியுது.

அவர் கையப் பிடிச்சிக்கிட்டு இந்த எடத்துக்கு வந்தேன். இப்ப அவர விட்டுட்டு தனியா எங்க ஊருக்குப் போறேன்.

காஞ்சிரம்

ஆதியும்அந்தமும்

கால தேச வர்த்தமானங்களின்றி மனித குலம் வாழ்ந்த காலம் அது.எந்திரங்களும், பொறிகளும்,மின்சாரமும் நவீனமும் மானுட குலத்தை வந்தடையாக் காலமது.உலகின் எல்லா இடங்களுமே பழங்குடி மரபுகளில் ,இயற்கையுடன் இயைந்து கதிரவனையும், விருட்சங்களையும், திங்களையும், இரவுச்சுடர்களையும் வணங்கி புதிய வாழ்வு முறைகளைக் கண்டறிந்த காலம்.

பிரபஞ்ச வெளியிலே ஓம் ஓம் என்ற ஓங்கார ஒலி பரவி ஆழியின் பேராழங்களில் ,அதன் உள்ளுறை சிறிய துளியில்,மத்த கஜங்களைப் போல் உலவும் மாபெரும் மீன்களின் பாடல்களில் உலகம் உருக்கொண்ட நாள் முதலாய் கனறும் அக்னியைத் தன் கருக்குழியில் கொண்டு குமுறிக்கொண்டிருக்கும் எரிமலைகளில், ஈசனின் அழியாத் தத்துவத்தை மானுடகுலத்தின் இறுதி சரணாகதியை,மாயை என்னும் பேருண்மையைத் தன்னுள் ஏந்தி காலந்தோறும் ஒவ்வொரு நாளும் வெண்பனி மூடிய சிகரங்களில் உலகின் அக்னி சக்கரத்தின் ஒளியை வாங்கிப் பிரதியொளி வீசி ஜ்வாலையாய்,வெண்மையாய்,செந்தூரமாய், பொன்னாய், நீலமாய், கருமையாய் மாறி மாறி தரிசனமளிக்கும் மேரு என்னும் மாமலையில்....,மணல்வெளியெங்கும் வெம்மை ஏந்தி,கானல் வரிகளில் இலக்கின்றி அலையும் பயணியின் மொழியற்ற பாடல்களில்,அதன் தனிமையை கருவில் கொண்ட உக்கிரப் பாலைகளில்.....

கருமையாய், தளிராய் பலவண்ண பசுமை காட்டி மாபெரும் விருட்சங்களில், சின்னஞ்சிறிய புல்லாய் அலையும் கொடிகளாய்,, தாவரங்களின் கருணையான மலர்களாய், காய்களாய், விரியும் பெருங்கானகங்களில், தனியாய் பொங்கும் அருவிகளில்,... ஒளிரும் கயல்களில்.... எங்கும் எங்கும் பரவி முடிவிலா ஞானமாய், உலகின் அடிநாதமாய் ஒலிக்கிறது...

ஓம் ஓம் என்ற ஒலியின் எதிரொலியை விண்ணிலுள்ள சுடர்களும், அங்கீகரித்தன.

பூமியில் முதிய தாயொருத்தியின் பிள்ளைகள் பெருகிப் பரவிய போது அவர்களின் இணைப்பு ஓசைகள் மாறின. குழுக்களாகப் பிரியத் தொடங்கினர். காடுகளில் கற்களைக் கொண்டு வேட்டையாடும் வேடுவராய்த் திரிந்தவர்கள் நதிக்கரைகளில் வாழத் தொடங்கினர்.

பாரதமெனும் மண்ணில் கீழ்த்திசையில் தென்திசைக் கடலின் தொடர்ச்சியான ஆழியின் கரையில் காஞ்சி மரங்கள் அடர்ந்த இடத்தில் மனிதர் கூட்டம் அதிகமாயிருந்தது. பல சிறு வசிப்பிடங்கள் பள்ளிகள் என்றும், பாக்கம் என்றும் பெயரிடப்பட்டன. அவையே பின்னர் நாகரீக வளர்ச்சியில் நகரங்களாயின.

அவ்விடத்தைச் சுற்றிலும் அடர்வனங்களில் மாபெரும் காஞ்சி விருட்சங்கள் இருந்தன. சிறுத்தைகளும், கழுதைப்புலிகளும், மான்களும், காட்டெருமைகளும், நரிகளும் அச்சமின்றி உலவின.

அங்கே வனத்தையே அன்னையாக வணங்கி மானுடர் சிலர் வாழ்ந்தனர். அவர்களுக்கு மரங்களும், மலைகளுமே வாழிடங்கள். மந்திகளும், வேழங்களும், மான்களும், முயல்களும், நரிகளும் செந்நாய்களும் வாழும் இடங்களில் அவர்களும் அக்கானகத்தின்

அங்கங்களாகவே இருந்தனர். வனத்தின் ஒவ்வொரு அடியும் அவர்கள் அறிந்ததே. உயர்ந்த மரக்கிளைகளின் பசுமையில் தாவித்தாவி காட்டின் மையத்தை அடைய அவர்கள் அறிந்திருந்தனர். அருவிகளில் வழியும் நீரில் மூழ்கி மச்சங்களின் ஆழங்களை, ஒளிப்பிடங்களைத் தெரிந்திருந்தனர். கானகத்தின் கனிகளையும், வேட்டையில் கிடைக்கும் மிருகங்களையும் உண்டனர். சில காலங்களில் வனத்தை தாண்டி வெளியில் செல்ல அறிகின்றனர்.

தலைமுறைகள் மாறுகையில் இவர்களும் வெளியுலக மக்களின் தொடர்புகளைப் பெறுகின்றனர். ஆனாலும் கானக வாழ்வே இவர்கள் உள்ளங்களில் நிறைகிறது. அதுவரை பெரிய மரங்களிலும், பாறைக் குடைவுகளிலும் வாழ்ந்தவர்கள், காட்டின் எல்லைகளில் மரங்கள் அடர்வு குறைந்த பகுதிகளில் குடில்கள் அமைத்து வாழத் தொடங்குகிறார்கள். காட்டில் கிடைக்கும் தேனையும், கடுக்காய், நெல்லிக்காய்களையும், மரப்பட்டைகளையும் சேகரித்து ஊர்களுக்குச் சென்று கொடுத்து சாமையையும், தினையையும் பெற்று வருகின்றனர். காயங்களுக்கும், ஆறாத ரணங்களுக்கும் எந்த பச்சிலையை பிழிந்தால் ஆறும் என்று அவர்களுக்குத் தெரிந்திருந்தது. அதனால் நாட்டிலுள்ள மக்கள் இவர்களிடம் மூலிகைகளும், மருந்துப் பட்டைகளும் பெறுகின்றனர்.

இம்மக்களும் ஊர்களில் உள்ள மக்களோடு இணைகின்றனர். அவர்களைப் போலவே பயிரிடவும் கால்நடைகள் வளர்க்கவும் கற்கின்றனர். இவர்களும் தனிக்குழுவாக வளர்கின்றனர்.

பாரத தேசமெங்கும் பல நூறு ஆண்டுகளுக்கு முன் மாரி பொய்த்து பெரும் வறட்சி ஏற்பட்டது. நதிகளும், கேணிகளும், ஏரிகளும் துளி நீரின்றி வறண்டன. நாட்டிலேயே மக்கள் உணவின்றி மாண்ட போது கானகத்தில் உணவேது? விலங்குகள்

அடர் வனங்களிலிருந்து வரத் தொடங்கின. காட்டில் வாழ்ந்த சிலரைக் கொன்று உண்கின்றனர் உணவும் நீருமின்றி மடிகின்றனர். காட்டின் விலங்குகளெல்லாம் உக்கிரம் கொள்கின்றன. காட்டில் வாழும் மக்கள் எலும்புகள் துருத்திய யானைகளையும், பிடரி மயிர் உதிர்ந்த சிங்கங்களையும் தூரத்திலிருந்து அச்சத்துடன் பார்க்கின்றனர். சிறு நரிகளும், மான்களும் செத்து விழுகின்றன. அழுகிய ஊனை உண்டதால் காடெங்கும் நோய்கள் பரவி விலங்குகள் மடிகின்றன. மரங்களெல்லாம் உலர்ந்து உரசி தீப்பற்றி எரிகிறது. வறட்சியின் கோரம் இன்னும் அதிகமாகிறது.

வனத்தின் எல்லையில் வசித்த அக்குடிகள் அவர்களின் தெய்வமான மூதன்னையைக் கண்ணீருடன் வணங்கினர்.காஞ்சிர மரத்தடியில் வீற்றிருந்த அந்த தெய்வத்தை இறைஞ்சுகின்றனர். அப்பெரும் வறட்சியிலும் அவள் அமர்ந்திருந்த காஞ்சிர மரம் தளிர்த்திருந்தது. வெண்மையும் சாம்பலும் படர்ந்த அடிமரமும், பசிய இலைகளும், மஞ்சள் நிறக் கனிகளும் நிறைந்த அம்மரம் அவர்களுக்கு தேவியாய் தோன்றியது. நுனியிலிருந்து பசும் வண்ணத்தில் சிறு குழல்களாய் காஞ்சிர மலர்கள் உதிர்ந்து கடும் கசப்பான ஒரு வாசத்தை உருவாக்கிக் கொண்டிருந்தன. விரிந்த கூந்தலும், புன்னகையுமாய் கற்சிலையாய் அமர்ந்திருக்கும் அந்த ரேணுகா ஈஸ்வரியே அவர்களின் அன்னை. அன்னைக்கு படைக்கவும் எதுவுமில்லை. அவளை நீராட்டவும் துளி நீரில்லை. அம்மக்கள் அவள் காலடியில் பணிகின்றனர்.

முதுகிழவன் ஒருவனுக்கு சந்நதம் வந்து உடல் உதறிக் கூறுகிறான் ‘கேளும் என் குழந்தைகளே! இதவிட ஒசந்த எடத்துக்கு உங்களக் கூட்டிப் போறேன் .நீங்க அங்கேயே வனத்தில் வாழுங்கள். பைரவமூர்த்தி வழிகாட்டும்..... கைகள் அதிர, கண்கள் சிவக்க அவன் விழுகிறான்.

மறுநாள் விடியலில் உடலெங்கும் மின்னும் கருமையுடன் மூக்கில் மட்டும் வெண்மை கொண்ட நாய் ஒன்று வந்து நின்றது. சிலர் முணு முணுத்தாலும் அவர்கள் அந்நாயின் பின்னே செல்ல முனைந்தனர். இந்த பஞ்சத்தில் இங்கிருந்து சாவதை விட எங்காவது போகலாம் என்பதே அவர்களுக்குச் சரியென்று தோன்றுகிறது. வைத்திருந்த சில உடைமைகளை, ஈட்டிகளை, கத்திகளை எடுத்துக் கொண்டு புறப்படுகின்றனர். புறப்படும் முன் அன்னையின் கையிலிருந்த சூலத்தையும், அவள் கழுத்தில் அணிந்திருந்த கற்களாலான மாலையையும் எடுத்துக் கொள்கின்றனர்.

குரலே கொடுக்காத அந்த நாய் வடக்கு திசை நோக்கிச் செல்கிறது. இவர்களும் அதன் பின்னே நடக்கின்றனர். வறட்சியின் கோரத்தைக் காணச் சகிக்கவில்லை. ஊர்களும், வீதிகளும் சீரற்று சிதைந்துள்ளன. கண்ணில் தென்படும் சில மனிதர்களும் பசியினால் ஒட்டி உலர்ந்து ஜீவனற்று உணவுக்கு அலைகின்றனர். கூட்டமாய் நடக்கும் இவர்களிடம் உணவுக்கு இறைஞ்சுகின்றனர். தோல் மூடிய எலும்புகளைப் போன்ற குழந்தைகள் புழுதிகளில் உண்ண ஏதாவது உண்டா எனத் தேடுகின்றன. நாய்களும், ஆடுமாடுகளும் செத்துக்கிடக்கின்றன. ஏரிகள், உலர்ந்துவரும் மரப்பட்டைகள் போல வெடித்து கோரமாய்த் தெரிகின்றன. ஓரிடத்தில் உடலில் உயிர் மட்டும் கொண்ட உடலொன்று அசைகிறது.

சிலர் இவர்களிடமிருந்து ஏதேனும் உணவுண்டா என்று பறிக்க தாக்க வருகின்றனர். எங்களிடமும் எதுவுமில்லை என்று மக்களைக் கூட்டமாகப் பார்க்கும்போதே இவர்கள் சொல்கின்றனர். பஞ்சம் இத்தனை கோரமுகம் கொண்டு ஆடு கையில் நாம் மட்டும் எங்கே செல்வது என்று சிலர் நடுவழியில் நின்று விடுகின்றனர். ஆனால் ஏதோ ஒரு நம்பிக்கையுடன் அந்த நாயைத் தொடர்கின்றனர்.

அதுவும் சலிப்பின்றி ஊர்களையும் காடுகளையும் கடக்கிறது.

பெருங்காடுகளையும், வறண்ட நிலங்களையும் அவர்கள் கடும் போராட்டங்களுடன் கடந்தனர்.

நீரற்று பெரும்பாளங்களாய் வெடித்திருந்த ஏரிகளில் ஆங்காங்கே வளர்ந்திருந்த காட்டுக் கீரைகளையும், நத்தைக்கூடுகளையும் சேகரித்து உண்டனர். ஓரிடத்தைதாண்டு கையில் சிலருக்கு தாங்க இயலா காய்ச்சல் வந்து சுருண்டனர். அந்தக்கடும் வெயிலிலும் உடல்கள் குளிர்கொண்டு நடுங்கின.

நீரற்ற நதியினைக் கடந்தனர். மணல் மணல். எங்கும் வெண்மையாய் மஞ்சளாய் மணல்.....ஆற்றின் கரையில் காய்ந்த தெங்கும்,ஈச்ச மரங்களும்.

இறந்த விலங்குகளின் எலும்புகளும் வறட்சியின் உக்கிரத்தைக் காண்பித்தன. பகல் வேளைகளில் வெம்மையில் அனலில் நடக்காமல், மாலைகளில் இரவுகளில் பயணித்தனர். பகல்களில் மரங்களின் கீழ் தங்கினர். குழந்தைகளும், முதியோரும் சோர்ந்தனர். பயணமும், நோய்களும். அவர்களைத் தாக்கினாலும் மனதில் நம்பிக்கையுடன் சென்றனர்.

வழியில் சிலர் தங்கி விட்டனர்.

அந்த ஆற்றின் ஓரங்களில் சில மரங்கள் இலைகளுடன் தெரிந்தன. அவற்றின் கீழே தங்கினர். அவ்விடத்திலிருந்து பார்த்தால் மணல்வெளி தவிர எதுவும் தெரியவில்லை. அங்கே சோர்ந்து படுத்திருந்தவர்களுக்கு குரங்குகளின் கிச் முச் சென்ற ஒலி கேட்கிறது. இளையவர்கள் சிலர் சத்தம் வந்த திசைக்குச் சென்று பார்க்கின்றனர். அவ்விடத்தில் ஒரு சிறிய பாறை மீது குரங்குகள் எதையோ தின்று கொண்டிருந்தன. இவர்களுடன் வந்த நாய் குரங்குகளைக் கண்டவுடன் குலைக்கிறது. பயணித்த இத்தனை

நாட்களில் யாரும் அதன் குரலைக் கேட்கவில்லை. அத்தனை கனமான குரல் அந்த நாயிற்கு. குரங்குகள் ஓடுகின்றன. இவர்கள் அப்பாறைக்குச் சென்று பார்க்கின்றனர். பாறையின் குழிவில் இருட்டாகத் தெரிகிறது. சேற்றின் வாடை. உற்று நோக்கினால் நீர்.

அம்மா,தாயே... அவர்கள் கண்களில் கண்ணீர். நீரைக்கண்டு பல நாட்கள் ஆகியிருந்தன. தடிமனான சில செடிகளின் தண்டுகளைத் தொண்டையில் போட்டு தாகத்தை தணித்திருந்தனர்.

அச்சுனையிலிருந்த நீரை அள்ளி முதலில் அந்த நாய்க்கு தருகின்றனர். அதன் பின் இவர்கள் குடிக்கின்றனர். குழந்தைகள் ஆவலுடன் நீரை நெஞ்சில் வழிய அருந்துகின்றனர். பாறை மறைவில் கோவைக் கொடி ஒன்று படர்ந்திருக்கிறது. சிவந்த கோவம் பழங்களையேக் குரங்குகள் தின்றிருக்கின்றன. மீத மிருந்த கோவம் பழங்களை ஆவலுடன் இவர்கள் உண்கின்றனர். அந்த இனிப்பு தொண்டையில் இறங்கி உடலெங்கும் பரவுகிறது. நீண்ட நாட்களுக்குப் பின் தண்ணீர் குடிந்த பரவசம் அவர்களை திக்கு முக்காட வைக்கிறது. தங்களை வழி நடத்திய பைரவன் அன்னையின் வடிவமே என்று நம்புகின்றனர்.

முதியவள் ஒருத்தி சிறு கல்லை வைத்து தாயே ரேணுகாம்பா எங்களக் காப்பாத்து என்று கண்ணீருடன் வேண்டி படையலிட்டாள். சில காட்டு மலர்களையும், உலர்ந்த கொட்டைகளையும் படைத்தாள்.

அன்று அந்திசரியும் மாலை வேளையில் சிறு பெண்குழந்தை ஒருத்தி வாய் முழுக்க சிரிப்புடன் வந்து அந்தப் பக்கம் வாங்க என்றாள். அக்குழந்தையின் சிரிப்பில் மகிழ்ந்து நதியின் மறுகரை சென்றனர். அங்கும் நிறைய மரங்கள் இருந்தன. மரங்களின் பின்னால் சென்ற அக்குழந்தையை அவர்கள் திரும்பவும் பார்க்கவே

இல்லை. தேடியும் கிடைக்கவில்லை. இருள் கவிந்து குளிரவும் அங்கேயே உறங்கினர்.

அதிகாலையில் எழுந்த அவர்கள் அந்த இடத்தை சுற்றியும் பார்க்கின்றனர். கொஞ்சங் கொஞ்சமாய் பனி விலகவும் அவர்கள் உயர்ந்த அந்தப் பசும் மலைத்தொடரைப் பார்த்தனர். வறட்சியின் சிறு சாயலுமற்று உயர்ந்திருந்த அந்த மலையெங்கும் பசுமை கவிழ்ந்திருக்குறது. மனதில் பூரிப்புடன் அத்திசையைப் பார்த்து நடந்தனர்..... அப்பொழுது தான் அவர்களுடன் வந்த நாய் இல்லை என்பதைக் கவனித்தனர். நாயின் சுவடே இல்லை. இது வரைக்கும் நம்பள இட்டாந்து விட்டிருக்கு. இனிமே நாம்ப இங்கதான் இருக்கணும் என்று அதிசயத்தவாறே அம்மலைத் தொடரின் காடுகளுக்குள் புகுந்து செல்கின்றனர்.

ஆல்

''அல்லாரும் கேட்டுக்குங்க. மொதுல்ல நாம்ப ரேணுகாம்பாளுக்கு வூடு வச்சி, எடத்தாந்த.. சூலத்தையிம், மாலையும் வைக்கணும். முதுகிழவன் சொல்ல அவர்கள் விழுந்து வணங்குகிறார்கள்

காட்டு மரங்களை வெட்டி, இயற்கையாய் அங்கிருந்த பெரிய ஏரியின் ஓரத்தில் குடிசை அமைத்து அன்னையை வைத்து வணங்குகிறார்கள்.

'அம்மா தாயே! இந்த அத்துவானக் காட்டுல உன்ன நம்பித்தான் வாழவந்துருக்கம். இது இன்னா எடமின்னுகூடத் தெரியல தாயே. கொளந்தப் புள்ள ரூபத்துல எங்கள கூட்டியாந்த. எங்க கூடவே இருந்து காப்பாத்து' முதிய தாய் கண்ணீர் பெருகக் கூறவும் அப்புதிய நிலத்தில் அவர்கள் மனதில் கலக்கத்துடனும், கண்ணீருடனும் அவளை வணங்குகிறார்கள்.

அப்பெரிய நீர் நிலையைச் சுற்றியே குடில்களை அமைக்கின்றனர். வனத்தில் ஓநாய்களும், செந்நாய்களும், வேங்கைகளும் உறுமும் ஒலிகளும், இரவின் இனம் புரியா சப்தங்களும் ஓலங்களும் அவர்களை அஞ்ச வைக்கின்றன.

பகல் வேளைகளில் வனங்களில் சென்று கிழங்குகளையும், கனிகளையும் சேகரிக்கின்றனர். குரங்குகளும், அணில்களும் உண்ணும் பழங்களை மட்டும் அவர்களும் உண்ணுகின்றனர். தேனடைகள் நிறைய கிடைக்கின்றன. அவற்றை மூங்கில் குழல்களிலும், சுரைக்குடுவைகளிலும் பிழிந்து வைத்துக் கொள்கின்றனர். மீன்களையும், காட்டுக்கோழிகளையும்,

குருவிகளையும், எலிகளையும் பிடித்து சுட்டுத்தின்கின்றனர்.

வனங்களிலேயே வாழ்ந்ததால் புதிய காடும் , மலையும் அவர்களுக்கு ஒரு விதத்தில் உற்சாகத்தையே அளித்தன. அறியாத மரங்களுக்கு அவர்களே பெயர் வைத்தனர். காட்டில் பூனைகளையும், நாய்களையும் பழக்கினர்.

ஈட்டிகளையும், கற்களையும் கொண்டு காட்டு முயல்களையும், மான்களையும் வேட்டையாடினர். காட்டின் பெரும் வளம் அவர்களைப் போஷித்தது.

அக்காடுகளின் ஊடே மறுபுறத்தில் மனித நடமாட்டங்களைப் பார்க்கின்றனர். இவர்களில் வலுவான இளைஞர்கள் பதுங்கிப் பதுங்கி அப்பக்கம் செல்கின்றனர். அங்கே ஆடைகளற்று நிர்வாணமாய்உலவும் வேடுவர்கள் உலவுகின்றனர். வேடுவப் பெண்கள் மட்டும் இடையில் இலை போன்றோ மான்தோல் போன்றோ வைத்து மறைத்திருக்கிறார்கள். இவர்களுக்கு அவர்களை பார்த்தால் பயமாக இருக்கிறது. இவர்கள் அனைவரும் கூடிப்பேசி வேட்டையாடிய மான்கறியைஇலைகளில் வைத்து எடுத்துக் கொண்டு அந்த வேடுவர் கூட்டத்திடம் செல்கின்றனர்.

அவர்களுக்கும் இப்புதிய மனிதர்களைப் பற்றி தெரிந்து இருக்கிறது. அவர்கள்தான் இம்மக்களுக்கு இம்மலையின் பெயர் ஜவ்வாது மலை என்று சொல்லித் தருகிறார்கள். அவர்கள் அடர்ந்த காடுகளில் மட்டுமே வாழ பழகி இருந்தனர். வேடர்களும் இப்புதிய மனிதர்களும் வெவ்வேறு வாழ்க்கை முறை கொண்டிருந்ததால் பூசல்கள் இன்றி தனித்தனியே இருந்தனர். காடுகளில் இரு குழுக்களும் எதிர்கொண்டாலும் ஒருவரை ஒருவர் தாக்குவதில்லை. புதிய மனிதர்கள் பெருகத் தொடங்கிய காலங்களில் வேடுவர்கள் கொஞ்சம் கொஞ்சமாய் மறைகின்றனர்.

அவர்களுக்கு கடினமாயிருந்தது அந்த மலைத் தொடரின் கடுங்குளிர் காலமும், பெருமழைக் காலங்களுமே.

வானிலிருந்து அருவியென பொழியும் வலுத்த மழையை அங்குதான் அவர்கள் பார்த்தனர். மழைக்காலங்களில் கொசுக்களும் பூச்சிகளும் அவர்களை வதைத்தன. குளிர் ஜுரங்களும் ஜன்னிகளும் உயிர்களைப் பலி கொண்டன.

மழை தொடர்ந்து பெய்யும் காலங்களில் பாறைக்குகைகளிலும், மரப்பொந்துகளிலும் தங்கினர். மழையில் அவர்களுடன் ஒதுங்கிய காட்டு ஆடுகளையும் மாடுகளையும் பழக்கி வைத்துக் கொண்டனர். மழை ஒடுங்கி கதிரொளி மலர்ந்த வேளைகளில் இருப்பிடங்களைச் சுற்றிலும் பளீர் வெண்மையில் முளைத்திருந்த காளான்களைப் பறித்து உண்டனர்.

சருமங்களையும் உதடுகளையும் வெடிக்கச்செய்த கடும்பனிக் காலங்கள் அவர்களுக்குப் பெரும் போராட்டங்களாயிருந்தன. உடல் வெடிப்புகளில் குருதி கசிந்தது. இரவுகளில் நெருப்பை உண்டாக்கி அதைச்சுற்றி அமர்ந்திருந்தனர். அவ்வேளைகளில் பல்வேறு ராகங்களுடன் பாடினர்.

பலவகையான போராட்டங்களுக்குப் பின் அவர்கள் குடிசை வீடுகளை மஞ்சம்புல் கூரைகளுடன் அமைத்துக் கொண்டனர். சிலர் சாமை, வரகு போன்றவற்றை விதைத்தனர். அவர்கள் வாழ்ந்த இடங்களுக்கும் மரங்களும் காடுகளும் சார்ந்து பெயர்களை அவர்கள் வைத்தனர். எட்டி மரத்தூர், பலாமரத்தூர்.. வாழைக்காடு, நாக மரத்தூர், தும்பை காடு, பீஞ்சமரத்தூர், நெல்லி மரத்தூர், தேக்க மரத்தூர், மாமரத்தூர், புங்கமரத்தூர்.. இலந்தை மரத்தூர் என்றெல்லாம் பல ஊர்கள் தோன்றுகின்றன.

தங்கள் தலைமுறைகளுக்குத் தாம் கடந்து வந்த கடினங்களையும், காளியன்னையின் கருணையையும் கதைகளாக விவரித்தனர். பலர் புதிய கதைகளைப் புனைந்தனர்.

மழைக்கூதலில் அமர்ந்திருக்கையில் மழையின் கதையை மின்னலின் கதையைக் கூறுகிறான் அப்பாட்டன்.

'பூமாதேவிக்கும் வானராசாவுக்கும் கெல்யாணமாச்சு.பூமா தேவியோட அழவப் பாத்த ராசா, முழு சத்தியோட அவளச் சேந்ததுல பொறந்தவன் தான் இடியரசன்..அவன் நடந்தாலே ஏழு லோகமும் அதிரும். அவ்ளோ சத்தி.

ஒருநா பூமாதேவி ஆத்துல குளிச்சிட்டு ஒயிலா நடந்து வரா.அவளப் பாத்த ராசாவுக்கு மனசுல ஆச.அவளும் வெக்கத்தோட பாத்தா.அவ கண்ணுல அப்பிடி ஒரு வெளிச்சம் தெரியுது.அப்ப பொறந்தவதான் மின்னலா தேவி. அம்மாம் அழவா கீறா.

இடி ஒருமொற காட்டுக்கு வேட்டையாடப் போனான்.வழி தப்பி எமய மலைக்குப் பூட்டான்.அது பனியால ஆன மல.அப்பறமா அங்கயிருந்து வழி கண்டுக்கினு வர பல வரசமாச்சு.வந்தவன் காட்டோரத்துல ஆத்துல குளிச்சினு இருந்த பொண்ணு ஒருத்தியப் பாத்தான்.அவ ஒடம்பு அப்பிடியே மின்னுது.அவ கூந்தலு அப்பிடியே தங்கக் கம்பிங்க மாறி சுருண்டு மெதக்குது.கட்டனா இந்தப்பொண்ணத்தான் கட்டணும்னு அவகிட்டப் போறான்.

கிட்ட வந்தப்பறந்தான் மின்னலா அவனப் பாக்கறா.'அய்யோ அண்ணா நா உந்தங்கிச்சினு சொல்றா'.ஆனா அவங்கேக்கற நெலயிலயே இல்ல.அவளப் புடிக்க வரான் அவ தப்பிச்சி ஓடறா.அவந் தொரத்திகினே ஓடறான்.

இன்னி வரிக்கும் மின்னலா தேவி அவ அண்ணங்கையில மாட்டல.அதான் எப்ப மின்னல் மின்னனாலும் பின்னாடியே இடி

வரான் பாரு.அவந் தங்கிச்சிய புடிச்சிட்டான்னா அப்பவே ஓலகம் அழிஞ்சிடும்.

புலம் பெயர்ந்து வந்த பல தலைமுறைகளுக்குப் பின்னால் அவர்களில் தலைவன்களும், மந்திரிகளும், சேவகர்களும் உண்டாயினர். அந்த மலைய ஒட்டி பக்கத்திலுள்ள மலையனூர் சம்பராயனிடமிருந்து இவர்களைத்தேடி, அவன் ஈட்டியுடன் சேவகர்கள் வந்தனர். இவர்கள் ஊர்கூடி மன்னனாக அவனை ஏற்றனர்

மலையனூரில் நடக்கும் கார்த்திகை தீபத்திற்கு கொப்பரை ஏற்ற இவர்கள் பங்காக சந்தனக் கட்டைகளையும்,தேனையும் தலைச்சுமையாக சுமந்து கொண்டே சென்றனர்.சம்பராயனும் முறைமையின்படி அதை எற்றுக் கொண்டு பூசை வரிசைகளை அளித்தான். அந்த அக்னி மலையில் மலைப்பா றையின் உச்சியில் கொப்பறைகளில் பசு நெய்யை ஊற்றி ஏற்றும் தீபத்தை இவர்கள் மலையிலிருந்தே தரிசித்தனர். அந்த தீபத்தை பார்த்த பின்னரே மண் அகல்களில் வீடுகளில் தீபங்களை ஏற்றினர்.இது வழிவழியாய் தொடர்கிறது.

பாறையன் என்னும் வலுவான தலைவனின் காலத்திலேயே அன்னைக்கு ஆலயம் கட்ட எண்ணினர்.இதற்குள் ரேணுகாம்பாளின் துணையாக ஏழு கன்னிமார்கள் வந்தனர்.ஏழு சிறு கற்கள் அன்னையின் வீட்டை ஒட்டி நிறுத்தப்பட்டனர். அரச மரத்தடியில் நாக தேவர்களுக்கும் பூசை வைத்தனர்.அவர்களை பயமுறுத்தும் சர்ப்பங்களிடமிருந்து நாகர்கள் காப்பதாக எண்ணினர்.

பாறையன் ஒரு கரிய பாறை போன்ற தோற்றம் கொண்டவன். ஆறடி உயரம். நல்ல கருப்பு. அவன் நடந்தால் நிலமதிரும்.

அவன் வேங்கை மரத்தின் கீழ் அமர்ந்து குடிகளின் சச்சரவுகளைத் தீர்ப்பான்.

அவன் சென்று சம்பரானிடம் கோவில் கட்ட அனுமதி கேட்டான்.

இம்மலைக் குடிகளிடம் நேசம் கொண்ட மன்னன் அக்னி மலை அண்ணாமலையானுக்கும், உண்ணாமுலையம்மனுக்கும் கோவில் வடித்த சிற்பியின் வாரிசான மாலோன் எனும் ஸ்தபதியை அனுப்பினான். அச்சிற்பியும் அவன் சீடர்களும் பல ஆண்டுகள் உழைத்து செதுக்கியதே அன்னையின் கோவில்.

கருங்கற்களை 'மரமறுப்பது' போல இழைத்த அப்பெரும் சிற்பியின் கைவண்ணமே அன்னையின் உருவம்.

கருணை கொண்டவளாகவும், உக்கிர கோபம் கொண்டவளாகவும் ஒருங்கே அவளைத் தோன்றச் செய்தான்.

பர்வதமலையென்று அழைக்கப்படும் அவ்விடம் இம்மலையின் உயர்ந்த பகுதியாகச் சொல்லப்பட்டது. அங்குதான் அன்னை எழுந்தருளியிருந்தாள். ரேணுகாதேவி என்றும் காளியாத்தா என்றும் பலவாறு அவள் அழைக்கப்படுகிறாள். பங்குனி மாதத்தில் அவளுக்கு கொடை கொடுக்கப்படுகிறது.

சாமை

'அண்ணமொண்ட்டி அல்லாரும் கூடிக்கினு உசாரா கடங்கோ. மானு கடச்சிட்டா மூணு நாளுல வந்திடரம்...'

காளியின் சந்நிதியில் எரியும் அகல் விளக்கின் சுடரில் பந்தத்தைக் கொளுத்திக் கொண்டு ஆண்கள் அனைவரும் புறப்படுகிறார்கள். பங்குனி மாசக்கொடைக்கு ஆத்தாளுக்கு மான காட்டணும்.

ஊரில் கிழவர்களும் பெண்களும் மட்டுமே இருக்கிறார்கள்.காளி கோயிலுக்குள் பொன்னு கிழவி விளக்கேற்றுகிறாள்'தாயே மானு வேட்டைக்கிப் போனவங்கள காணமே. நீதாண்டியம்மா இட்டாரணும்.

'அது இன்னாடி அதிசயாக்கீது எப்பவும் மானு அம்புடாத போவாதே...நல்லா தேடனாங்களா?' சுருங்கிய பழம் போலத் தோலும் நடுங்கும் உடலும் கொண்ட பெரியாத்தாக் கிழவி கேட்கிறாள்.

'காடு முச்சூடும் போய்க்கிறாங்க. நாலுநா சோறு தண்ணி இல்லாத அத்துவானக் காட்டுல அலஞ்சிக்கிறாங்க. பெரியாண்டிக் கெழவன் தான் போலாம்னு இட்னு வந்துக்கிது.'

கொடைக்குத் தயாராகிறார்கள். மான் கிடைக்காததால் உற்சாகம் குறைகிறது.காளையன் மேல தேவம் வந்து ஆட்ட காவு குடுக்ச் சொல்லுது. சமாதானமாகிறார்கள்.

கொடைக்கு முக்கியம் சாராயம் காச்சறது. பூசாரியும் ஊர் நாட்டாரு ஜடையனும் முன் நிற்க படையலிடுகிறார்கள். வெற்றிலையும் காட்டுப்பூக்களும் தேராங்கொட்டைகளும் மஞ்சள் குங்குமமும் உப்பும் நெல்லும் துளசியும் நாமக்கட்டியும் வைக்கப்படுகின்றன. சூடம் காட்டுகிறார்கள்.

காளியின் குடில் அருகே மூன்று கற்கள் வைக்கப்ட்டு மஞ்சள் பூசப்படுகிறது. பதினைந்து படி கொள்ளும் புதிய பானை அதன்மீது ஏற்றப்படுகிறது. விறகுகளும் சருகுகளும் அடுப்பில வைக்கப்படுகின்றன. பெண்கள் குளித்து விட்டு,மஞ்சள்ஆடை அணிந்து, தலையில் காட்டு மல்லிப்பூக்களைச் சூடி தண்ணீர் சுமந்து வந்துஊற்றுகிறார்கள்.

பூசாரிக் கொம்பன் சூடத்தை காளியின் முன் காண்பித்து எடுத்து வந்து அடுப்பில் போடுகிறான்.உலர்ந்த சருகுகளில் புகை சுழன்று எழுகிறது.செம்மஞ்சளாய் தீச்சுவாலை சிறிய மலர்போல் எழுகிறது.சிறிய குச்சிகளில் பரவிய தீ நீரில் துள்ளும் மீனின் அசைவென எழுந்து அமர்கிறது.விறகுகள் பற்றிக் கொள்ள பானையைக் கவ்வ எண்ணுவது போல தீ எரிகிறது.பானை நீரில் குமிழ்கள் எழுகின்றன.

மற்றொரு மண்பானையில் நெல்லரிசி,கம்பு திணைகேழ்வரகு வரகு சாமை சோளம் எல்லாம் போட்டு களைந்து வைக்கிறார்கள் பொன்னுவும் தொளசியும்.

நீர் கொதித்ததும் தானியங்களைப் போடுகிறார்கள். பூசாரிக்கொம்பன் வாயில் முணமுணுவென்று மந்திரங்களைச் சொல்லிக்கொண்டே வேலம்பட்டை வேப்பம்பட்டை ஆலம் விழுது ஈச்சம்பழம் வெல்லம் எல்லாவற்றையும் போடுகிறான்.நாட்டாரு வந்து மேலும் சில கொட்டைகளையும் இலைகளையும்

மரப்பட்டைகளையும் மறைத்தவாறு போடுகிறான்.

மரக்குச்சியில் துளாவுகிறார்கள்...பக்தியுடன்

விழுந்து வணங்குகிறார்கள்.பானையிலுள்ள சோற்றை பூசாரி பதம் பார்க்கிறான்.அடுப்பை தணிக்கச் சொல்கிறான்.மாலை வரை ஆற விடுகிறார்கள்.கோயில் மந்தை அருகில் ஆழமான குழி தோண்டப்படுகிறது.பானையின் வாயை வெள்ளைத்துணி கொண்டு இறுக்கமாய் கட்டுகிறார்கள்.அப்படியே குழிக்குள் இறக்கி மண்போட்டு மூடிவிடுகிறார்கள். மேலே கொன்றைப் பூங்கொத்தைச் செருகி விடுகிறார்கள்.

ஐந்து நாட்களும் கோவிலில் பூசைனகள் நடக்கின்றன.வரகரிசி மாவும் வெல்லமும் கலந்து மாவிளக்கு இடுகிறார்கள்.கோயில் மந்தையில் அடுப்புகள் வைத்து மஞ்சள் குங்குமம் பூசிய பானைகளில் பொங்கலிடுகிறார்கள்.

மூங்கில் கூடையில் பலாஇலை பரப்பி பொங்கல் பானையை நடுவில் வைத்து, மேலே மாவிளக்கினை இடுகிறார்கள். சுற்றிலும் சேவல்கள் பலியிடப்படுகின்றன. காளியாத்தாவிடம் குறி கேட்டு குழியின் மண்ணை அகற்றுகிறார்கள்.உள்ளே நுரைத்துப் பொங்கிச் சீறுகிறது சாராயம்.

கோயிலின் முன் மூன்றடி அகலக் குழி வெட்டப்பட்டு அதில் நெருப்பு உண்டாக்கப்படுகிறது.வேண்டிக் கொண்டவர்கள் தீ மிதிக்கத் தயாராகிறார்கள்.உடுக்கையும் மேளங்களும் உச்சத்தில் முழங்குகின்றன.ட்ரும் ட்ரும் என அதிர்கிறது.தீ மிதிப்பவர்கள் மஞ்சளாடை அணிந்து தாயே என்று அக்னியைக் கடக்கிறார்கள். பெண்களின் குலவை சத்தம்...

கிழவன் ஒருவன் சந்நதம் வந்து பற்களை நெரித்து உடல் அதிர ஆடுகிறான்.கறுப்பு ஆட்டின் கொம்புகளில் பூ சுற்றப்படுகிறது.

இன்னும் உத்தரவு கிடைக்கவில்லை.எல்லாரும் மனதில் அம்மா என்று வணங்குகிறார்கள். திடீரென எழுந்த கொம்பன் வீச்சறிவாளுடன் உடல் திமிற ஆட்டை நோக்கி வீசுகிறான். சுற்றியிருந்தவர்கள் மீதெல்லாம் தெரிக்கிறது குருதி.தரையிலும் கோயில் கல் சுவர்களிலும் இரத்தத் துளிகள்.

ஊர் முழுக்க ஆட்டுக்கறியும் சாராயமும் பகிரப்படுகிறது. பிள்ளைகள் ஓடித் திரிகிறார்கள்.கோவிலில் கட்டப்பட்டிருந்த வாழைக்குலைகளையும் தென்னங் குலைகளையும் பிரித்து விளையாடுகிறார்கள்.சரம் சரமாகத் தொங்கும் கூந்தப்பனையின் காய்களை உதிர்க்கிறார்கள்.

அன்றிலிருந்து பத்து நாட்கள் இரவில் கூத்து.மாலை முதலே கோவில் மந்தையில் வந்து பாய்களையும் துணிகளையும் விரித்து இடம் பிடிக்கிறார்கள்.

பூசாரிக் கொம்பன்,பாறையூர் ராமன்,எட்டியானூரு நாட்டாரு சிவம்,நாசாமலை ராசய்யா இவர்களெல்லாம்தான் கூத்தில் பாடி ஆடுபவர்கள்.உடுக்கை அடித்துக் கொண்டு கொம்பன் கதை சொன்னால் கேட்பவர் மனதை ஒவ்வொரு வார்த்தையும் ஊடுருவும் .அவன் குரலும் பாடலும் அசரவைப்பவை.

முதல் இரண்டு நாள் நல்லதங்காள் கதை.அண்ணி மூளி அலங்காரி நல்லதங்காளுக்கும் பிள்ளைகளுக்கும் சோறு போடாதக் கொடுமைகளைக் கண்டு மூளியை வைகிறார்கள் கிழவிகள்.. நல்லதங்காள் ஏழு குழந்தைகளையும் கிணற்றில் தள்ளி தானும் விழுவதைக் கொம்பன் சொல்லச் சொல்ல காளி கோயில் பாறையும்,அரச மரமும்,மரத்திலுள்ள பட்சிகளும் அழுகின்றன.

அடுத்து ஐந்து நாள் பாரதக்கதை.'ஏ அர்ச்சுனா....என்று ராசய்யா குரலெடுத்துப் பாடவும் பாறைகளிலெல்லாம் எதிரொலிக்கிறது.

பாஞ்சாலியின் குரலில் கொம்பன் கதையைத் தொடர்கிறான்.அஞ்சு ராசாவக் கட்டியிருந்தும் நெறஞ்ச சபையில அவ சீலயப்புடிச்சி உருவறான்.அப்ப அவ மனசு இன்னா துக்கப்படும்....பாவி என்னப் பெத்தவனே இவங்களாண்ட குடுத்தயே ...இப்பிடித் தூமச் சீலயோட நிக்கறனே... என்னக் காப்பாத்த ஒரு நாதியில்லயே.... பூமாதேவியே... வான ராசாவே....சூரியனே சந்திரனே. தேவங்களேன்னு கதறுறா....என்று சொல்லும்போது எல்லாப் பெண்களும் அவரவர் வாழ்வை எண்ணி கண்ணீர் சிந்துகின்றனர்.உடுக்கு அதிர்கிறது. அர்ச்சுனன் தபசு தொடர்கிறது.

இறுதி நாளில் பூசாரி கொம்பன் அவர்கள் மான் வேட்டைக்குப் போன கதையைக் கூறுகிறான். நாங்க அல்லாரும் தேக்கனூரத் தாண்டி நொண்டிப்புளியாமரம் வழியா எறங்கனம்.அல்லாப் பக்கமும் பிரிஞ்சி போயி மானு தேடனா எதுவுமே தெம்படல.அம்மாம் பெரிய காட்டுல ஒரு மானு கூடவா கடக்காது.அல்லாம் கன்னிமாரு காட்டற கரகம்.மூணு பவுலு மூணு ராவு காட்டுல தேடாத எடமில்ல.மொசலு மானு நெரி எத்தயுமே கண்ணுல காட்டல.பாம்புங்க மட்டுந்தான் தெம்புடுது.

நாலா நாளு அல்லாருக்கும் பசி. தண்ணித்தவனம்.ரவ தண்ணி கூட எங்கயும் காணல.பாறயல்லாம் அப்புடியே வெயிலு பொறியுது.நாக்கு இளுக்குது.வயிசுப் புள்ளிங்கல்லாம் கேராகிக் கோந்துடுச்சி.பெரியாண்டிக் கௌவன் செரி ஊருக்குப் போவலாம். மானு அம்புடாதுன்னு கூப்படறான்.

‘ஆராலயும் ஏள்றதுக்கு கூட மிடியல. அப்பத்தான் பாற மேல ஏறிப் பாத்த காடையூரான் சொல்றான் ’ மாமாவ் அந்தாண்ட நெல்லிக்காமரம்னு’.போயிப்பாத்தா பெரிய நெல்லிமரம்.காடே பங்குனில காஞ்சு கடக்க சொல்ல அந்த மரம் மட்டும் அப்பிடி ஒரு அழவா நிக்குது.பச்சப்பசேல்னு எலைங்களும்,கொத்து கொத்தா

காயிங்களுமா.அல்லாரும் நெல்லிகாயத் துண்ணோம்.தொண்டயில இருந்து போத்து(வயிறு)வரிக்கும் இனிக்குது.தவனம் பசி அல்லாம் போயி மனசு குளுந்துடுச்சி.அந்த நெவுல்யே படுத்துனு கடந்துட்டு அந்திரிக்கு ஊருக்கு வந்தோம்...

அடுத்த வாரத்தில் குழந்தைகளின் கூக்குரலும்,நாய்களின் குரைப்பும்கேட்டு எல்லாரும் வந்து பார்க்கிறார்கள்.அவர்கள் வாழ்நாளில் அதுவரைப் பார்த்திராத காட்சி.நான்கு குதிரைகள் தூசியும் சருகுகளும் கிளம்ப வந்து நிற்கின்றன.அவற்றின் மீதிருந்தவர்களின் உடைகள் இதுவரையில் இவர்கள் காணாதது.அஞ்சிப் பதுங்குகிறார்கள்.

முதலில் வந்த இருவரும் இவர்களைப் போன்ற நிறத்தில் குடுமி வைத்திருக்கிறார்கள்.உடைகள் மட்டும் வேறு மாதிரி இருக்கின்றன.

பின்னால் வந்தவர்கள் குதிரைகளிலிருந்து குதித்து இறங்குகிறார்கள்.

இம்மாம் ஒசரமா! ஏளடி இருப்பாம் போல. பூசாரிக்கொம்பன் கதைகளில் சொல்லும் 'காக்காமூக்கரு'மாறி இரக்கறானுங்களே என்று நினைக்கிறார்கள்.

தோலுரித்த ஆட்டின் உடல் போன்ற வெண்மையும் ஆங்காங்கே சிவந்தும் அப்பிடி ஒரு நிறம். பொன்னால செஞ்சி வெச்ச மாதிரி சிகையும், அதுவரை அவர்கள் பார்த்திராத நீலநிறக் கண்களும், மீன் செவுளின் இளஞ்சிவப்பில் உதடுகளும் அவர்களின் கால்சராய்களும், பூட்டுகளும் மகிழ்வையும் அச்சத்தையும் ஒன்றாக அளித்தன.

அவர்கள் பேசும் மைனா கத்துவது போன்ற மொழியும் இவர்களுக்குப் பிரியவில்லை.முதலில் வந்தவன் சொல்கிறான்.'

வெள்ளைக்காரத் துரைங்க.இவுங்கதான் இப்ப நமக்கு ராசாவுங்க.இந்த மலயப்பாக்க வந்திருக்காங்க.அவங்க கேக்கறதக் குடுக்கணும் .யாரு இங்க நாட்டாம?

துரைகளை உடல் வளைந்துக் கும்பிடுகிறார்கள்.அவர்கள் உடல்களும் மனங்களும் அஞ்சித் திகைக்கிறார்கள்.

அம்மண்ணின் தெய்வங்களும் பழக்கங்களும் மாற வேண்டிய காலத்தின் தொடக்கம் அது....

வெள்ளைக்கார துரைமார்கள் வந்த பிறகு மலையின் தோற்றமே மாறுகிறது. நாக மரத்தூர்ல அவுங்க தங்கறதுக்கு வங்களா கட்டறாங்கன்னு ஊருல அதிசயமா பேசறாங்க.

மண் நெறத்துல சட்டயும், சராயும், பூட்டும் போட்டுக்கிட்டு தலயில தொப்பி வச்சிகிட்டு புதுப்புது ஆளுங்க காட்டையெல்லாம் அளவெடுக்கறதப் பாத்து கிலிப் படறாங்க. வெள்ளக்காரங்க பேசறது மாறியே மத்த கீழ் நாட்டாரு பேசறதும் இவங்க யாருக்கும் சரியா பிரியல. ரேஞ்ச் ஆபீசர்னு ஒரத்தர் வந்து நாட்டாரு, ஊரான் எல்லாரையும் கூப்பிட்டு பேசறாரு.

"இப்ப நம்ம எல்லாருக்கும் வெள்ளக்காரங்க தான் ராசாவுங்க. இனிம அவங்க சொல்ற சட்டந்தான். இந்த மல முழுக்க ரிசர்வ் பாரஸ்ட். எங்களக் கேக்காம யாரும் காட்டுல மரமெல்லாம் வெட்டக் கூடாது, மான் முயல், பன்னி எதையும் வேட்டையாடக் கூடாதுன்னு சொல்றார்."

ஊர்க் கூட்டம் கூடுது. இது இன்னா காசாரமாக்கீது. நாம்ப ஏன் காட்டுக்குள்ள போவக் கூடாது. ஆண்டிக்கிளவன் கேட்கிறான்.

அதெல்லாம் எதுவும் சொல்ல முடியாது. வெள்ளக்காரன் கையில வெச வச்சிருக்கான். கையில இளுத்து குறிபாத்து சுட்டா அப்புடியே

இரும்பு குண்டு நெஞ்சுல பாஞ்சு சத்தம் வராத செத்துடுவோம். அல்லாரும் உசாரா இருங்க.

அது நாள் வரையில் காடுகளில் தன்னிச்சையாகத் திரிந்து மான்களை, காட்டெருதுகளை, மொசல்களை, காட்டுக்கோழிகளை, வேட்டையாடியும், தங்கள் விருப்பத்திற்கேற்ப கொல்லைகளில் சாமையும், கெவுறும் விதைத்து, ஆடுமாடுகளை மேய்த்துக் கொண்டும் இருந்த அவர்களுக்கு அந்நிய மனிதர்களிடம் பழகத் தெரியவில்லை.

வனத்தில் வசிப்பவருக்கு புலன்கள் எப்பொழுதும் கூரியவையாக இருக்க வேண்டும். நடுக்காட்டில் புதரிலிருந்து பாயும் செந்நாயினையோ, காலடியின் சருகிலிருந்து திடீரென தலை தூக்கும் கட்டு விரியனையோ, தலைமேல் பறந்து வந்து கொத்தும் ப்ராந்தினையோ எதிர் கொள்ள உடலில் எப்பொழுதும் ஒரு நுட்ப உணர்வு வேண்டும். அது இவர்களின் குருதியில் கலந்திருந்தது. கானகத்தின் விலங்குகள் மற்றொரு விலங்கை தன் எல்லைக்குள் எப்பொழுதும் அனுமதிக்காது. அப்படியோர் நிகழ்வு கட்டாயத்தினால் நிகழ்ந்தாலும் எப்பொழுதும் பிற விலங்கின் மீது எச்சரிக்கை உணர்வுடனே இருக்கும்.

அவ்வனத்தின் பூர்வ குடிகளான இவர்களும் அப்படியே பிறமக்களிடம் பழக உள்ளுக்குள் ஒரு எச்சரிக்கை, ஒதுக்கத்துடனே இருந்தனர். புதிதாய் வந்தவர்கள் தம் வனத்தை தம் உரிமைகளைப் பறிப்பதாகவே எண்ணுகிறார்கள். எனினும் "கீழ் நாட்டாரு" என்று அவர்கள் அழைக்கும் பிற மக்களின் நாகரிகங்களை அறிந்து கொள்ள விரும்புகிறார்கள். வெள்ளையர்கள் ஏதோ வானிலிருந்து வேறு உலகிலிருந்து வந்தவர்கள் போல் நடந்து கொள்வதும் அவர்களை அச்சப்படுத்துகிறது.

அவர்களில் பலருக்கு வனத்துறையில் வேலை கிடைக்கிறது. பாரஸ்டர், கார்டு, வாச்சர் என்றெல்லாம் சொல்லத் தெரிந்து கொள்கின்றனர். துரைமார் தங்கும் கல் கட்டிடத்தை வங்களா என்கின்றனர். அப்படிப்பட்ட கட்டிடங்களை, சன்னல்களை அவர்கள் கண்டதில்லை. கட்டிடம் கட்டப்படுவதை அதிசயமாய் தூரத்தில் நின்று பார்க்கிறார்கள். குதிரைகளைப் பார்த்து கொள்வதற்கும், தண்ணீர் மொள்ளவும் என கொஞ்சங் கொஞ்சமாய் இம்மக்கள் அவர்கள் அருகே செல்கிறார்கள். வரும் போதே தங்களைக் கண்டு அஞ்சி ஒதுங்கும் இவர்களைப் பழக்க பல மாதங்கள் ஆகிறது வெள்ளையர்களுக்கும், அவர்களுடைய துபாஷிகளுக்கும்.

தங்களுக்கென ஒரு கட்டுப்பாட்டை, பழங்குடி மரபுகளை, நாட்டார் தெய்வங்களைக் கொண்டிருந்த அம்மக்களை நாகரீகம் என்ற பெயரில் வேறு வழி முறைகளுக்கு மாற்ற முயன்றது உண்மையில் அவர்களுக்குச் செய்த நன்மையா அல்லது ஒன்று மறியாத வெகுளி மக்களுக்கு இழைக்கப்பட்ட அநீதியா என்பது எவருக்கும் தெரியவில்லை.

பிரிட்டிஷ் அதிகாரிகள் அம்மலைப் பகுதியினை பார்த்தபின் அங்குள்ள பொக்கிஷங்களின் மதிப்புகளைக் கண்டு பிரம்மிக்கின்றனர். காடு முழுவதும் விலை மதிக்க இயலா சந்தன மரங்களும், இருவடி மரங்களும், வேங்கை மரங்களும், மூங்கிலும், கடம்ப மரங்களும் நிறைந்திருக்கின்றன. அறிய வகை கஸ்தூரி மான்களும், பல லட்சங்கள் மதிப்பிலான பெரிய தந்தங்கள் கொண்ட யானைகளும், அக்காலத்தில் மிக உயர்வாக எண்ணப்பட்ட தோகை மயில்களும், மணிப் புறாக்களும், காட்டெருமைகளும் அடர் காட்டில் சுற்றித் திரிவதைக் காண்கின்றனர்.

இங்கிருந்து மெட்ராஸ் பிரசிடென்சிக்கும், காளிகட் ஈஸ்ட் இண்டியா கம்பெனிக்கும் ஜவ்வாது மலையைப் பற்றிய ரிப்போர்ட்டுகள் செல்கின்றன. விரிந்து படர்ந்த ஜவ்வாதுமலை முழுவதுமாய் ஆங்கிலேய சர்வேயர்களால் அளக்கப்படுகிறது. காப்புக் காடு களாய் அறிவிக்கப்படுகின்றன. ஒவ்வொரு ரேஞ்சும் பிரிக்கப்பட்டு எல்லைகள் குறிக்கப்படுகின்றன. பல பகுதிகளுக்கு பாதைகள் அமைக்கப்படுகின்றன. சரிவுகளும் மேடுகளும் இணைக்கப்படுகின்றன. எனினும் மனிதக் காலடி படாத அடர் வனங்கள் நிறைய உள்ளன. சுற்றிலும் மரங்களும், மலைகளும் சூழ்ந்த காடுகளில் சிறுசிறு குடிசைகளில் வசிக்கும் அம்மக்கள் இந்த மாற்றங்களை மனதார வெறுக்கின்றனர்.

பதினெட்டாம் நூற்றாண்டின் இறுதியில் டென்னிஸ் டேவிட்சன் என்னும் ஐரோப்பிய வன அதிகாரி இம்மலைக்கு ஈஸ்ட் இண்டியா கம்பெனியால் அனுப்பி வைக்கப்படுகிறான். மலையடிவாரம் வரை ஜீப்பில் வந்த அவன், குதிரையில் பயணித்து மலை மீது ஏறுகிறான். உடன் வரும் இந்திய உதவியாளர் கேசவலூ அவனுக்கு இம்மலையைப் பற்றிச் சொல்கிறான்.

வழியெங்கும் மலையின் இருபுறமும் அடர்ந்து சரிந்திருக்கும் பள்ளத்தாக்குகளையும், பெரியவிருட்சங்களையும், ஆங்காங்கே ஓடும் காட்டருவிகளையும் டென்னிஸ் காண்கிறான். இப்பொழுது செப்டம்பர் மாதம். ஆனால் இங்கு பனியின் தாக்கம் இருப்பதை உடல் உணர்கிறது. இந்த முன்காலைப் பொழுதில் வெயில் உறைக்கவில்லை. பளிச்சென வெளிச்சம் மட்டும் தரும் வெயில் உடலுக்கு இதமாக இருப்பதை உணர்கிறான் டென்னிஸ்.

டென்னிஸ் பிரிட்டிஷ் அதிகாரியாக வந்தாலும் அவன் உண்மையில் பிரெஞ்சுக்காரன். அவன் அன்னை, இங்கிலாந்தின்

ஒரு சிறிய மலைக் கிராமத்தில் பிறந்தவள். அங்கு வந்த ஒரு பிரெஞ்ச் படை வீரனைத் திருமணம் புரிந்து அவனுடன் சில காலம் மட்டுமே இருந்தாள். காலமெல்லாம் குழந்தைகளுக்காக வாழ்ந்தவள்.

டென்னிஸ் சிறு வயது முதலே வனங்களிலும் ஆறுகளிலும் சுற்றித் திரிந்தவன். சர்ச் பாஸ்டர் மூலமாக பள்ளிப் படிப்பை முடிக்கிறான்.

ஆங்கிளிக்கல் சர்ச் உதவியுடன் ஜெர்மனியில் புதிதாக உருவாக்கப்பட்ட வன அறிவியல் கல்லூரியில் பயிற்சி பெற்றான். கல்லூரியில் அனைத்து பயிற்சிகளிலும் குதிரையேற்றத்திலும் அவன் மிகச் சிறப்பாக செயல்பட்டான். கல்லூரி முதல்வர் சர் வில்லியம் ஸ் பயிற்சி முடியும் போது அவனுக்கு ஒரு சிபாரிசு கடிதம் கொடுத்து லண்டனுக்கு அனுப்பினார். அங்கிருந்த ஆர்ச்பிஷப் மூலமாக இந்தியா வரும் வாய்ப்பு அவனுக்கு கிடைத்தது.

இத்தனை நாள் மதராஸ் ராஜதானியில் இருந்தான். சென்ற வாரம் தான் ஜவ்வாது ஹில்சிற்கு போகும்படி அவனுக்கு கம்பெனியிலிருந்து உத்தரவு வந்தது.

அவன் மனதிற்கு இம்மலையின் பசுமை மிகவும் ரசிக்கத் தக்கதாக இருந்தது. குதிரைகள் கற்கள் நிரவப்பட்ட அந்த சிறிய பாதையில் ஏறுகின்றன. வழியில் அடர்ந்த மூங்கில் புதர்கள் ஓரிடத்தை முழுமையாக நிறைத்திருக்கின்றன.

''சர் திஸ் ஈஸ் தப் ளேஸ் வேர் எலிபெண்ட்ஸ்கிராஸ். டென்னிசின் இந்திய உதவியாளன் கேசவலு சொல்கிறான்.

ஐ சீ''

மூங்கில் புதர்களுக்குள் நுழைந்து செல்கிறார்கள். குதிரைகளின் வேகத்திற்கேற்ப முள்மேல் படாதவாறு அதன் முதுகில் படுத்துக்

கொள்கிறான் டென்னிஸ். மூங்கிலுக்குள்ளே போகப் போக இருள் சூழ்கிறது. ஏதோ ஒரு குகைக்குள்ள போறமாறித் தோணுது. மூங்கில் உரசும் சரசர சத்தம். குருவிகளின் கீச்சிடல், சருகுங்க மிதி படற சத்தம்னு அந்த எடமே பயங்காட்டுகிறது. பாதை முடிஞ்சி லேசா வெளிச்சம் தெரியறப்போ எழுந்து பாக்கறான் டென்னிஸ்.

இன்னும் கொஞ்ச தூரம் கற்கள் நிரவிய பாதையில போனதும், ஆட்கள் நிக்கறது தெரியுது. கருத்த, குடுமி வைத்து தலைப் பாகை கட்டிய இந்தியர்களைப் பார்க்கையில் டென்னிசுக்கு எப்பவும் இவர்களெல்லாம் ஆட்டு மந்தைகள் என்றே தோன்றும். இவனைப் பார்த்ததும் வணங்குகிறார்கள். அவர்கள் அருகே இன்னும் சில குதிரைகளும், கழுதைகளும் நிற்கின்றன. கழுதைகளின் முன்னங்கால்கள் கட்டப்பட்டிருக்க அவை தாவித்தாவி அசைகின்றன. அந்த இடம் முழுக்க குதிரைச்சாணமும், கழுதை மூத்திரமும் நெடி அடிக்கிறது. குதிரையிலிருந்து இறங்குகிறான் டென்னிஸ்.

சற்று தள்ளி கூரை வேய்ந்த இடத்திற்கு அவனை அழைத்துச் செல்கிறான் கேசவலு... மண் தரையில் ஒரு வெட்டப்பட்ட மரத்தின் அடிப்பகுதி இருக்கை போல இருக்கு.

"சர் யு கேன் டேக் சம் ரெஸ்ட் ஹியர். பிரம் ஹியர் தே வில் கேரி யூடு த ஹில் ஸ்டேஷன்" தெலுங்கு போல ஆங்கிலத்தில் சொல்கிறான் கேசவலு. அவனும் குடுமி வைத்திருக்கிறான். மற்றவர்களைப் போல வெற்றுடம்புடன் இல்லாமல் மல் சட்டையும், வேட்டியும் அணிந்திருக்கிறான். மற்றவர்களை விட இவன் சற்று நிறமாக இருக்கிறான்.

"வி வில் ஸ்டார்ட். " அவனிடம் சொல்லிவிட்டு ஓலைக் கூரையைத் தாண்டி பின்பக்கம் சென்று சிறுநீர் கழிக்கிறான்

டென்னிஸ். அவ்விடத்தில் பள்ளத்தாக்கு இன்னும் செங்குத்தாக தெரிகிறது.

இன்னும் எவளோ தூரம் போகணும். ரூட் எப்பிடி இருக்கும்?

இனிமே செங்குத்தான வழிதான் சார். நீங்க இந்த பல்லாக்குல ஏறிக்குங்க . ஆளுங்க தூக்கிட்டு வருவாங்க''

''இவங்கெல்லாம் ட்ரைப்சா?

''யெஸ் சர். மல மேல உள்ளவனுங்கதான். குளிக்கவே மாட்டானுங்க. உங்களுக்கு அங்க ஹெல்ப் பண்ண திருமலைன்னு எங்க கீழ்நாட்டு துபாஷி இருக்கார் சார். அவர் மொதலியார். க்ளீனா இருக்கும்.'

இந்தியாவிற்கு வந்து ஓராண்டுக்கு மேலாகியும் டென்னிசால் புரிந்து கொள்ள இயலாதது இந்த சாதி அமைப்புகள்தான். எத்தனை எத்தனை கட்டுப்பாடுகள். மதராசிலும் இப்படித்தான் இவனிடம் வேலை பார்க்கும் பிராமின் உதவியாளருக்கும், மொதலியார் டைப்பிஸ்ட்டுக்கும் ஆகாது. நான் அவன விட ஒசந்தவன் சார்னு தனித்தனியாகச் சொல்வாங்க.

இங்க திருப்பதி இந்த ட்ரைப்ச தொடக் கூடாதவங்கன்னு சொல்றான். இவங்க என்ன பிரிவுன்னு புரியலயே'' டென்னிஸ் யோசிக்கிறான்.

பெரிய உருண்டைக் கட்டைகள் இருபுறமும் நீண்டிருக்க மரத்தாலான இருக்கையில் சாய்ந்து அமர்ந்திருக்கிறான். அந்த பல்லாக்கின் இருபுறமும் உள்ளத் துணிகளை விலக்கி விட்டிருக்கிறான். பல்லக்குத் தூக்கிகள் உஸ் உஸ் என்று சத்தம் கொடுத்துக் கொண்டே உயர்ந்து செல்லும் அந்தப் பாதையில் ஏறுகிறார்கள். இருபக்கமும் செடிகள் அடர்ந்திருக்கின்றன. பறவைகளின் ஒலிகள். காற்று சில்லென்று உள்ளே நுழைகிறது.

''மசான் இன்னம் ஆறு மயிலு இக்குமா.''

''இன்னும் மொண்டிப் பிளியா மரம் வர்லமாமோய்''

''டேய் இன்னும் நாலு மைல் இருக்குடா'' கேசவலு பதில் சொல்கிறான்.

''சாரு ஆள் காட்டியாங் கத்துது. யான கடக்கும்''

க்லீச் க்லீச்க்ளவ் ''பறவைகளின் ஒலி கேட்கிறது.

''சர் தெ ஆர் சேயிங். சம் எலிபெண்ட்ஸ் ஆர் கமிங் ''பல்லக்கு அருகில் வந்து சொல்கிறான் கேசவலு.

பெரிய மருத மரம் ஒன்றின் வேரில் சாய்த்து பல்லாக்கை இறக்குகிறார்கள். டென்னிஸ் கால்களை வெளியில் நீட்டி குதித்து இறங்குகிறான்.

''இங்க யான இருக்கா?''

''ஆமாஞ்சாரு இந்தக் குருவி காட்டிக் குடுக்கும். கத்துது. ''மலைவாசிகளில் ஒருவன் அருகில் இருக்கும் மரத்தின் மீது காட்டுகிறான். உயர்ந்த காட்டு வாகை மரத்தில் காய்கள் காய்த்து தொங்குகின்றன. அதன் கிளையில் இரண்டு கருங்குருவிகள் தெரிகின்றன. உடலெங்கும் கருப்பு. நீண்ட வாலை கண்ணிமைகள் போல அசைக்கின்றன. அங்கிருந்து தான் சத்தம் வருகிறது.

''சர் இந்தக் குருவி கத்தறத வச்சித்தான் இவனுங்க சொல்றாங்க''

''நெறய ஏனை இருக்கு சாரு. ஆனா இங்க ஒரு நொள்ளக்கண்ணு ஏனை தனியா சுத்தினு கடக்குது . ஆம்பள ஏனை. ஒரு பக்கம் கண்ணு நொள்ள. என்னும் பண்ணாது. அது பாட்னு பூடும். நாம் பகம் முனு கோந்துக்கலாம். ''மலைவாசி ஒருவன் சொல்லிவிட்டு மற்றொரு புதர் மறைவில் போய் குந்திக் கொள்கிறான்.

"சர் தே ஆர் சேயிங் அஸ்டு ஹய்ட் அண்ட்சிட் "கேசவலு சொல்கிறான். இவனுடன் வந்த ஐந்து பேரும் சத்தமில்லாமல் உட்கார்ந்திருக்கிறார்கள். டென்னிஸ் ஓரமாய் நிற்கிறான். ஒரு பாறைக்கல்லின் மேல் உட்கார எண்ணுகிறான்.

பள்ளத்தில் கிளைகள் அசைகின்றன. அவன் கண்கள் அருகில் சில அடிகளில் யானையின் பெருத்த உடல். தோல்கள் கருமையாய் சுருங்கி விரிகின்றன. யானையின் மத்தகத்தில் இலைகளும். சிவப்பு வண்ணபூக்களும் ஒட்டியிருக்கின்றன. ஒரு பக்கத் தந்தம் வளைந்து கூர்மையாய் தெரியுது. இத்தனைஅருகில்காட்டுயானையை அவன் பார்ப்பது இதுதான் முதல் முறை. படபடக்கிறது. யானையின் வால் கொக்கி போல் இருக்கிறது. அது இவன் பக்கம் திரும்பாமல் வேறொரு பள்ளத்திற்கு செல்கிறது. மூங்கிலில் நுழைந்து மறைகிறது.

மறைவில் உட்கார்ந்து இருந்தவர்கள் மீண்டும் வருகிறார்கள்.

"அது என்னும் பண்ணாது சாரு. குழந்தை புள்ள மாதிரி யான சாரு"

மீண்டும் பல்லாக்கில் ஏறிக் கொள்கிறான் டென்னிஸ். குலுங்கி குலுங்கிச் செல்கிறது. பெரிய பெரிய மரங்கள் தெரிகின்றன. அடிப்புறங்கள் நல்ல வெண்மையில் பாறைகள் போன்று திரண்டுள்ளன. இது போன்ற மரங்களை டென்னிஸ் வழியில் காஞ்சியிலும், பாலாற்றங்கரையிலும் பார்த்திருக்கிறான். ஆனால் இவ்வளவு பெரிய மரங்களைப் பார்ப்பது இங்குதான். நீர் மருத மரங்களைத் தாண்டவும் மழைச்சாரல் மேலே விழுகிறது. பல்லாக்கு வேகமாய் நகர்கிறது. பாதை செங்குத்தாய் மேலே செல்கிறது.

"சார் இங்க எப்பவுமே மழை பெஞ்சிட்டே இருக்கும் "கேசவலு பக்கவாட்டில் வந்து சொல்கிறான். இவன் தலையாட்டுகிறான்.

வானம் முழுவதும் கருமேகங்கள் சூழ்ந்து மழை இன்னும் வலுக்கும்போலத் தெரிகிறது. தூரல் பெரிதாவதைப் பார்த்துக் கொண்டிருக்கையிலேயே மலைப்பாதை வளைவில் மேட்டைத் தாண்டி சமவெளிப் பரப்பு தெரிகிறது. செம்மண் பாதை லேசாக நனைந்திருக்கிறது. மழை குறைகிறது. தூரத்தில் சில குடிசைகளும், வைக்கோல் பரப்புகளும் தெரிகின்றன. செம்மண் வண்ணத்தில் இரண்டு மாடுகள் மேய்கின்றன. நாய்கள் குலைக்கும் ஓசை.

மூங்கில்

டென்னிஸ் இங்கு வந்து ஒரு மாதமாகிறது. அவனுக்கு இங்கிருப்பது நன்றாக இருக்கிறது. இங்குள்ள மக்களைப் பற்றியும் காட்டையும் பற்றியும் வனத்துறைக் குறிப்பேடுகளில் எழுதி வைக்கிறான்.

காலை நேரக் குளிர் காற்றில் நின்றுகொண்டிருக்கிறான். அண்ணாமலை வந்து பிளாக் காபியைத் தருகிறான். அவன் தான் இங்கு சமையல் ஆள். இன்னும் சோமசுந்தரம், முனியன் என்று இரண்டு உதவியாட்கள் இருக்கிறார்கள். கேசவலுவும், திருமலையும் அவனுடைய அலுவலகவேலை செய்பவர்கள். மற்ற வேலைக்கு இங்குள்ள மலைவாசிகள் வருகிறார்கள்.

"கேசவலு இன்னிக்கு அந்த கான மலைக்கு போவலாமா?"

"எஸ் சர். வேட்டைக்கு வரவனுங்க எல்லாரையும் வரச் சொல்றேன் சர்."

லெதர் காலணிகளை அணிந்து, லாக்கரில் வைத்துள்ள துப்பாக்கியை எடுத்துக் கொள்கிறான். வட்ட தொப்பியைக் கையில் எடுத்துக் கொண்டு வெளியில் வருகிறான். பங்களாவின் பின்புறம் வெள்ளச்சி வருவதைப் பார்க்கிறான். இவனைப் பார்த்து சிரிக்கிறாள். கருமையாய் மின்னும் அவள் நிறம் இங்கிருந்தே தெரிகிறது. அவளைப் பார்த்து உதட்டைச் சுழித்து பழிப்புகாட்டி விட்டு நடக்கிறான். நல்ல அழகி என்று நினைத்துக் கொள்கிறான்.

அவள் பின்னால் கனகு வருகிறாள். தலையில் விறகுக்கட்டு. கொண்டு வந்து சாய்த்து இறக்குகிறாள். சுமை தாங்காமல் பின்புறம் சரிகிறாள். கொஞ்சம் தள்ளி பார்த்துக் கொண்டு நிற்கும் வெள்ளச்சி அவளுக்கு உதவி செய்யவில்லை. இவர்களின் இந்த சாதிய முறைமைகள் டென்னிசுக்கு எரிச்சலைத் தருகிறது. எத்தனை எத்தனை படிகள்.

அவனுக்கு சமையல் செய்யும் அண்ணாமலையும், வேலனும் மலையனூரிலிருந்து வந்தவர்கள். அவர்கள் தங்களை முதலிகள் என்கிறார்கள். கேசவலு தெலுங்கு பேசும் நாயுடு என்கிறான். இவர்கள் தனித்தனியாக டென்னிசிடம் சர் நாங்கதான் அவங்கள விட ஒசந்த ஜாதி என்று சொல்கிறார்கள். ஆலங்காயத்திலிருந்து அதிகாரிகளின் கடிதங்களைக் கொண்டுவரும் வரதராசு "அய்யா நான் வன்னியக் குல சத்ரியன் . இவனுங்கள விட ஒசந்தவன். நாங்க ராசாவுங்க என்கிறான்"

இவர்களெல்லாம் தனித் தனியாகத்தான் சாப்பிடுகிறார்கள். ஒருவர் தொட்ட உணவை இன்னொருவர் தொட்டால் தீட்டு என்கிறார்கள். இங்குள்ள மலை மக்களை "அவனுங்க எல்லாம் காட்டானுங்க சார். கண்டதையும் தின்னுவாங்க. பன்னியத் தின்றானுங்க. அது எங்களுக்கு ஆகாது " என்று. கேசவலு, அண்ணாமலை எல்லாரும் சொல்கிறார்கள். மெட்ராசிலிருந்த போது சங்கர ஐயர் என்றொரு கணக்காளர் கம்பெனியில் இருந்தார். அவர் " இவங்க எல்லாருமே எங்களுக்கு கீழதான் சர். நாங்க அவனுங்க யாரையும் தொடமாட்டோம்னு முதலிகளையும், வன்னியர்களையும், கவுண்டன்களையும்.. தேவமாரையும்.., செட்டிகளையும், பிள்ளைமார்களையும் நாயுடுகளையும்,பனையேறி நாடார்களையும், சௌராஷ்ட்ரியர்களையும் சேர்த்து சொல்வார்.

முந்தாநாள் தனியாக இருக்கையில் வெள்ளச்சி சொல்கிறாள்'' தொர அந்த கனகு கட்ட பேசாத. என்னத் தொட்ட மாறி அவளத் தொடமிடியாது. பறச்சி.''

அப்போது இவனுக்கு ''இதென்ன இவளையே மலை சாதின்னு முதலியும், நாயுடுவும் ஒதுக்கறாங்க. இவ இன்னொருத்திய கீழ் சாதின்னு சொல்றாளே என்று தோன்றியது. எத்தனை சாதிகள், எத்தனை கட்டுகள். இதில் ஒவ்வொருவருக்கும் ஏகப்பட்ட சாமிகள் வேறு. ஒவ்வொன்றிற்கும் இந்தியாவில் ஒவ்வொரு கதை. தன்னிடம் இருப்பவர்களுக்கு எவ்வளவோ சொல்லிவிட்டான் டென்னிஸ் . யாரும் அதை ஏற்கவில்லை.

ஜீப்பில் ஏறிக் கொள்கிறான். மண் பாதையில் காட்டுக்குள் செல்கிறார்கள். இன்னும் கொஞ்சம் உள்ளே போனால்தான் விலங்குகள் அதிகம் இருக்கும். ஜீப்பின் பின்புறம் ஊர் மணியன் ஜம்பு, கேசவலு, பாரஸ்டர் பழனி என்று நிறைய பேர் அமர்ந்திருக்கிறார்கள்.

''.நீங்க எல்லாரும் ஹண்டிங் பண்ணிறவங்களா?

''நாங்க சின்னசா கடக்கறப்ப போவஞ்சார். நெரி, பன்னி. மொசலு, மானு அல்லாம் அம்புடும் '' ஜம்பு பதில் சொல்கிறான்.

தாடி வைத்து குடுமி கட்டியிருக்கிறான். அவர்கள் யாருமே மேலாடை அணியவில்லை. இடையில் ஒரு கோவணம் மட்டும் இருக்கிறது.

டென்னிஸ் இந்தியர்களின் முகங்களில் வித்தியாசங்களை இப்பொழுது தான் சிறிது உணர்கிறான். இங்கு வந்தபொழுதில் அவனுக்கு எல்லோருமே மந்தைகள் போன்று ஒரே மாதிரியே தெரிந்தனர்.

தென்னிந்தியர்கள் அனைவருமே நல்ல கருமையில் குடுமிகளுடன் இருந்தனர். பெண்களெல்லாம் சிறு உருவங்களாக கருமையாக ஒளிரும் கண்களுடன் இருந்தது அவனுக்கு ஈர்ப்பாக இருந்தது. ஆனால் என்ன எவளும் முன்னால் நின்று பேசுவதில்லை. இந்த ஜவ்வாது மலையில் அவன் உணர்ந்தது இங்கு சில மக்கள் நல்ல சிவந்த நிறத்துடன் இருந்ததை. மதராசிலும் தேவ நகரிலும் பிராமணர்களும், சௌராஷ்டிரர்களும் மட்டுமே அந்த நிறம் கொண்டிருந்தனர்.

இங்கு பாதிரி, பர்வதமலை போன்ற உயர்ந்த இடங்களில் சிவந்த பெண்களைக் காண்கையில் அவனுக்கு ஆச்சரியமாயிருந்தது. ஆனால் அவனை ஈர்த்தது கருத்த பெண்களே.

இந்தியக் கோவில்களிலுள்ள சிலைகள் அவனுக்கு மிகுந்த பிரமிப்பாயிருந்தன. நெல்லையிலும், மதுரையிலும் அவன் பல நாட்கள் அக்கோவில்களில் இருந்து சிலைகளைப் பார்த்துக் கொண்டிருந்தான். இந்தியாவின் கருமை நிறத்துப் பெண்கள் அவனுக்கு அச்சிலைகளைப் போன்றே தெய்வீகமாய்தான் தெரிகின்றனர்.

அவன் முன்பே இந்தியப் பெண்களிடம் பழகியிருந்தாலும் இங்கு இந்த பெண்கள் வெள்ளச்சியும், வளரும் அவனுக்குப் பேரழகிகளாய்த் தெரிகின்றனர். அவர்களின் பளபள வென்ற கருமையே டென்னிசிற்கு முதல் ஆர்வம். அதிலும் மலைகளிலும், காடுகளிலும் ஏறி, பழக்கமான அவர்களின் வடிவங்கள், கள்ளமற்ற கண்கள். சிரிப்பு எதுவும் அவனுக்குச் சலிப்பதில்லை.

இந்த மக்களிடம் மற்ற கீழ்நாட்டார் சொல்வதைப் போன்று சுத்தமில்லை தான். காடுகளில் இருந்தே பழகியதால் அவர்களுக்கு குளிக்கும் பழக்கமே இல்லை. டென்னிஸ் அப்பெண்களிடம்

குளிக்காமல் அருகில் வரக்கூடாது என்று கட்டளையிட்டிருப்பதே அவர்களுக்கு வருத்தம் தான்.

ஆண்கள் தலையில் எப்பொழுதும் தலைப்பாகை கட்டியிருக்கிறார்கள். அது அழுக்கு நிறம் கொண்டிருக்கும். பாதி நேரம் மரத்தடிகளில் அமர்ந்து வேடிக்கை பார்த்துக் கொண்டிருக்கிறார்கள். அப்பொழுது குனிந்து இடுப்புத் துணியில் இரு கட்டை விரல்களையும் வைத்து எதையோ நசுக்குவதைப் பார்த்து டென்னிஸ் என்னவென்று கேட்டான்.

சீலைப் பேன்கள். அவர்கள் துணிகளிலும் உடலிலும் அப்பேன்கள் மேய்வதைப் பார்த்து அரண்டுவிட்டான். அவனுங்க துணியெல்லாம் தோய்க்கவே மாட்டானுங்க சர்னு பழனி சொன்னார்.

ஆனால் இம்மக்களுக்கு நல்ல உடல்வலு இருக்கிறது.

நீங்க எல்லாருமே வேட்டையாடுறவங்களா? ஜம்புவைக் கேட்கிறான்.

''இல்ல சாரு. நாங்க அல்லாம் கஞ்சி வரத்துலர்ந்துமட்டும் இருக்கிறது வந்தவுங்க. கவுண்டருங்க.'' ஜம்பு சொல்கிறான். சர் என்பதை சாரு என்றே சொல்கிறான்.

''இசிட். ஆர் தே நாட் ட்ரைப்ஸ்'' பாரஸ்டரைப் பார்த்து கேட்கறான் டென்னிஸ்.

''டேய் ஜம்பு நீங்கல்லாம் மலை வாசிங்க இல்லையான்னு ஐயா கேக்கறார்''

''நாங்க இந்த மலைக்கு ஆயிரம் வருசம் மின்னால வந்தோங்க. கஞ்சிவரத்துல இருந்து எங்க சாமி கூட்டியாந்துச்சு. நாய் ஒண்ணு

தான் வழியோட எங்கள இங்க இட்டாந்துச்சுன்னு எங்க சீயனுங்கல்லாம் சொல்வாங்க. மலையாளத்தாருன்னு கெவர்மெண்ட் எங்கள சொல்லுதுங்க. ஆனா நாங்க கெவுண்டருங்க. எங்காளுங்கள்ள ராசாவுங்க, சேவுகரு, மந்திரின்னு அல்லா குடும்பமும் இருக்குதுங்க .எங்க சாமி திரப்பதி வெங்கடேசப் பெருமாளுங்க."ரேணகாம்பாவே ஏளுமலாயானோட பொஞ்சாதி தானுங்க. "ஐம்பு சொல்வதை அவர்கள் எல்லாருமே அதிசயமாய் கேட்கிறார்கள்.

"சர் மான்" முன்னால் நடந்து செல்லும் வேட்டையன் ஓடிக் கொண்டே சொல்கிறான். அதற்குள் புதரில் மறைகிறது மான்.

ஓ வி மிஸ்ட் இட்" டென்னிஸ் படர்ந்துள்ள புதர்களைப் பார்க்கிறான். பாதை இன்னும் குறுகலாகிறது. கற்கள் மீது ஏறும் ஜீப் குலுங்குகிறது.

பாறைக் கற்களைத் தாண்டி செம்மண் படர்ந்த சமதளத்தில் ஜீப் நிற்கிறது. புழுதி சுழன்றெழுகிறது. கண்களை மூடிக் கொள்கின்றனர். எல்லோரும் புதர்களைத் தாண்டி நடக்கின்றனர். குட்டையாய் சில எட்டி மரங்கள் கரும்பச்சை இலைகளுடன் நிற்கின்றன. அதைத் தாண்டி சற்றே சரிவான இடத்திற்கு செல்கின்றனர். சிவப்பான கொத்துக் கொத்தான உருண்டைப் பழங்களுடன் சுவட்டைப் புதர்கள் கருமையாய் அடர்ந்து கொடிகள் பின்னிக் கிடக்கின்றன. அதைத் தாண்டி வந்த டென்னிஸ் அப்படியே நின்று விடுகிறான். கண்ணுக்குத் தெரியும் தூரம்வரை வண்ண மலர்ப்பரப்பு. ஊதா, வெள்ளை, சிவப்பு, மஞ்சள், நீலம் என வண்ணங்களாய் பல பூக்கள். அந்த இடம் முழுக்க வேறு மரங்களே இல்லாமல் பூத்திருக்கின்றன. சின்ன சின்ன மலர்கள், மலர் கொத்துக்கள், கொடிகள் என்று அந்த இடமே வண்ணங்களாய்

மலர்ந்திருக்கிறது. பல வர்ண ஆடைகளை அணிந்த கானகத்துப் பெண் போன்ற நிலமென்று எண்ணுகிறான்.

வண்டுகளும், தேனீக்களும் ரும் எனச் சப்த மெழுப்புகின்றன.

''வெரி பியூட்டி புல்...

''சர் இது இவங்க சாமி கும்படற ஒரு எடம்''

ஐ சீ.நீங்கதான் எல்லா மரத்துக்கும், பாறைக்கும் ஒரு சாமி வெச்சிருக்கீங்களே''

பாரஸடர் பழனி ஜம்புவிடம் சொல்ல, அவன்பதில் சொல்கிறான்.

''சாமி இது எங்க தேவங்க கீற எடமில்ல. ஏளு கன்னிமாரு குளிச்சி ஒலாத்துற எடம். அந்தப் பக்கம் கொளம் கடக்குது பாருங்க. அங்க குளிச்சிட்டு இங்க காலாம்பட தொங்கற கூந்தல பிரிச்சி உட்டுனு நடப்பாங்க. பௌர்ணமி ராவுல இங்கல்லாம் வானலோகத்துல இருந்து அர்ச்சுனனும், அவங்கூட்டாளிங்களும் அந்த கன்னிமாரு கூட வந்து இருப்பாங்க. நாங்க யாரும் இங்கல்லாம் தனியா வரமாட்டோம். ராவுல இங்க பாட்டும், உடுக்கை அடிக்கிற சத்தமும் கேக்கும்.

ஜம்பு சொல்வதைக் கேட்டு சிலர் தயங்கி நிற்கிறார்கள்.

''காமான் லெட்ஸ் கோ''

ஆளுக்கு ஒரு பக்கம் பிரிந்து செல்கிறார்கள். அவர்கள் கைகளில் இரும்பில் செய்த ஈட்டிகளும், தோல் வாரில் இணைக்கப்பட்ட விற்களும், அம்புகளும், இன்னும் பல ஆயுதங்களும் உள்ளன. டென்னிஸ் தன் இடையில் கட்டியிருந்த வாரை அவிழ்த்து அதிலிருந்த துப்பாக்கியை எடுக்கிறான். புதரில் அசைவு தெரிகிறது. அது ஒரு முள்ளம் பன்றியாக இருக்கலாமென்று பழனி சொல்கிறார்.

அந்தச் சரிவுகளில் உள்ள சதைப் பற்றான ஒரு கற்றாழை வகைச் செடிகளை உண்ண அவை வருவதுண்டு.

துப்பாக்கியில் குண்டுகளை நிரப்பி புதரை நோக்கி இழுத்துச் சுடுகிறான் டென்னிஸ்.

ட்ட்ட்ம்ம்மம்,.. என எழுந்த சத்தத்துடன் வெடிக்கிறது குண்டு. புதரில் புகை சூழ வ்ப்வ்வ்ப்ப விநோத சப்தங்களுடன் விழுகிறது அடிபட்ட விலங்கு. துப்பாக்கி சத்தத்திற்கு மரத்திலிருந்த பறவைகள் பறக்கின்றன. இவர்களுடன் வந்த நாய்கள் ஓலமிடுகின்றன.

மலைவாசிகளான ஜம்பு, நடுபையன், புங்கனூரான் எல்லாம் இப்பொழுதுதான் முதன் முதலில் துப்பாக்கி வெடிப்பதை நேரில் பார்க்கிறார்கள். அதிசயத்து பயந்து நிற்கிறார்கள்.பழனிபுதரின் அருகில் சென்று பார்க்கிறார். இரண்டு வாச்சர்களுடன் சேர்ந்து காலைப் பிடித்து இழுக்கிறார்கள். கருமையான கூரிய முட்களுடன் பெரிய முள்ளம் பன்றி. வயிற்றில் குண்டு பாய்ந்த ரத்தம்.

வேட்டையாடும் குழு இன்னும் உள்ளே செல்கின்றது. அவர்களில் நவநீதமும். முனியனும் பறையடிப்பவர்கள். வேகமாய் பறையினை ஒலிக்கிறார்கள். அவர்களுடன் கருத்த மேனியுடன் இன்னும் சில பையன்களும் சேர்ந்து கொள்கின்றனர். பறை ஓசை கேட்டு புதரிலிருந்து மான் ஒன்று வேகமாய் பாய்ந்து ஓடுகிறது. ஜம்புவின் ஈட்டி அதன் உடலில் பாய்கிறது.

பிற்பகலுக்குள் ஏராளமான விலங்குகள் மடிகின்றன. டென்னிசின் துப்பாக்கி குண்டில் பல மான்களும், காட்டுப் பன்றிகளும் வீழ்கின்றன. அன்று நல்ல வேட்டைக்கறி அவர்களுக்கு.

பெரிய காஞ்சிர மரத்தின் வேரில் சாய்ந்து அமர்ந்திருக்கிறான் டென்னிஸ்.

‘‘நீங்க அல்லாரும் நல்லா ஹண்டிங் பண்றீங்கமேன்’’ ஜம்பு விடம் சொல்கிறான்.

‘‘இப்பத்தான் சாரு எங்கள காட்டுக்குள்ளவுட மாட்டீங்கறாங்க. நாங்க காட்டுல கடக்கறததான் புடிச்சி துண்ணுவோம்.’’

வேட்டையாடப்பட்ட விலங்குகளைப் பெரிய மரக்கட்டையில் வரிசையாக்கக் கட்டி டோலி போல எடுத்துக் கொள்கிறார்கள். குப்பனும், நடுப்பையனும் ஆளுக்கொரு பக்கம் தூக்கிக் கொண்டு ஓட்டமாகச் செல்கிறார்கள்.

பறையடித்த முனியனும் நவநீதமும் தங்கள் பங்குக்கு வந்த கறிகளை எடுத்துக் கொள்கிறார்கள். அவர்கள் மற்றவர்களின் இறைச்சியைத் தொடக்கூடாது. பெரிய காட்டுப் பன்றி ஒன்றும், வரையாடும் அவர்களுக்கு கிடைக்கிறது. மேலும் சில காட்டுக் கோழிகளையும், பறவை முட்டைகளையும் அவர்களுக்கு கொடுக்கிறார் பழனி.

‘‘முனியா எல்லாத்தையும் உங்க சேரியில குடுத்துட்டு பங்களாவுக்குவா. தொர சீமத்தண்ணி உங்களுக்கு இன்னிக்கு தரேன்னு சொல்லியிருக்கார்’’

ஈறுகள் தெரிய சிரிக்கிறார்கள் நவநீதமும் , முனியனும்

ஜீப்பில் அமர்ந்து செல்கையில் அவ்விடத்தின் மலைச் சரிவுகளைக் காண்கிறான் டென்னிஸ். காடு எங்கெங்கும் நிறைந்த பசுமை. அடர்ந்த புதர்கள், உயர்ந்த விருட்சங்கள். காட்டுக் கொடிகள், சிறு செடிகள், மலர்கள், திடீரென புதரிலிருந்து பறக்கும் குருவிகள், குரங்குகள் என்று மனித உலகிற்கும் அவ்விடத்திற்கும் உள்ள தொலைவினை மனம் உணர்கிறது. காடு என்பது முழுமையான பசுமை. தனித்து அங்கு எதுவும் இல்லை. ஒன்றுடன் ஒன்று உரசியும், படர்ந்தும், தழுவியும், இணைந்தும் உயிர்

வாழ்கின்றன. இதில் ஒரு சிறு கொடியை வெட்டினாலும் அதன் சமனம் குலுங்குகிறது.

வளைவில் திரும்பிய ஜீப் சட்டென நிற்கிறது. ட்ரைவர் செம்மண் பாதையைக் காண்பிக்கிறான். அங்கு மஞ்சளும், கருமையுமாய் ஏதோ அசைகிறது.

''மலம் பாம்பு சார்'' திருமலை சொல்கிறான்.

பெரிய கட்டைதடிமனில் மஞ்சள் உடலில் கரும் திட்டுகள் பளபளக்கும் அந்த உருவம் அசைகிறது. உடலின் மத்தியில் கரடும், முண்டுமாய் தெரிகிறது. வாலின் அடிப்புற வெள்ளை தரையிலிருந்து மேலெழுந்து மீண்டும் படிகிறது.

''எத்தையோ முழுங்கியிருக்கு''

இட்ஸ் அ பைத்தான். இட் ஸ்வாலோவ்டு சம் ஸ்மால் அனிமல்'' டென்னிஸ் இறங்கி அதைப் பார்க்கிறான். மெதுவாக நகர்கிறது.

. மொசல் குட்டிய முழுங்கியிருக்கு சார்''

'இத்தோட வாரக் கணக்குல அப்பிடியே இருக்கும். ''முனியன் சொல்கிறான். கொஞ்சங் கொஞ்சமாய் ஊர்ந்த மலம் பாம்பு பள்ளத்தில் இறங்குகிறது. சருகுகளுக்குள் சென்று மறைகிறது. வண்டியில் செல்லும் போது இங்கு என்னென்ன விலங்குகள் இருக்குமென்று எண்ணுகிறான் டென்னிஸ். பழனியிடம் கேட்கிறான்.

''சர் முன்ன சிங்கம்ல்லாம் இருந்துச்சின்னு சொல்றாங்க. ஓநாய், நரி, காட்டெரும, கரடி, செந்நாய், யானயெல்லாம் நெறய இருக்கு சார்.

''எங்க சீயன் சொல்வாஞ்சாரு காட்டுல வேங்கப்புலி இருந்துச்சுன்னு. இப்ப கூட பர்வதமலையாண்ட கீதுன்னு சொல்றாங்க சாரு. நெறய மானுங்க, ஆடுங்க, காட்டுப்பன்னி,

மொசலு அல்லம் கீது சாரு '' ஜம்பு பதில் சொல்கிறான்.

ரட்டமலன்னு எட்டியூரு தாண்டி பெரிய காடு கீது சாரு. அங்க ராவுல போனா நெறய ஏனைங்க, காட்டுப்பன்னி அல்லாம் மேய்ஞ்சுனு கடக்கும். நாங்கல்லாம் அப்ப நெலாவில ராவுல வேட்டைக்கு போர்வோம் சாமி.

''இஸிட்.. ஷால் வீ கோ தேர் அட் நைட்?

''இந்த மாசம் பௌர்ணமி அன்னிக்கு போலாம் சர்''

பங்களா வாசலில் அவர்கள் எல்லாரும் இறங்குகிறார்கள். அன்று இரவு அந்த காட்டு பங்களாவின் அறையில் மது அருந்திய வண்ணம் வேட்டையாடிய ஆட்டுக்கறியை சுவைக்கிறான் டென்னிஸ்.

அந்த மதுவும் குளிர் இரவும் அவனைக் கடல்கடந்து தன் வீட்டிற்கு அழைத்துச் செல்கிறது. வெளியில் கதவு சத்தம் கேட்கிறது. வெள்ளச்சி உள்ளே வருகிறாள்.

அந்த நீரோடையின் ஓரத்தில் நின்று அண்ணாந்து பார்க்கிறான் டென்னிஸ். வெண்ணிற வான்வெளியில் நிலவு பிரகாசிக்கிறது. மரங்களும் இலைகளும் ஒளிர்கின்றன. அந்த மேட்டிலிருந்து பார்க்கிறான். பெரிய சரிவு அடர்ந்த மரங்கள். படரும் மலைத்தொடர்கள்.காட்டின் ஒலிகள். நிசப்தம். மரங்கள் உரசும் ஒலிகள். காற்று.

டென்னிசும் அவன் குழுவினரும் அந்தப் பௌர்ணமி இரவில் ரெட்டைமலைக்காட்டிற்கு வேட்டைக்கு வந்துள்ளனர். அவ்விடத்திலிருந்து அம்மலையும் அதன் சரிவுகளையும்பார்க்கும் அவன் ஆச்சர்யம் கொள்கிறான். இந்த முழுநிலவு ஒளியில் ஜவ்வாது மலையின் பள்ளத்தாக்குகளும் மலைச்சிகரங்களும் ஒளிர்கின்றன.

இந்த உயரத்தில் இருந்து பார்க்கையிலே ஒரு வெண்ணிற வானவில் போல அம்மலை பளபளக்கிறது. காட்டு அருவிகள் நிலவொளியில் மின்னுகின்றன.அந்தஇரவில்அந்த நிலவொளியில் நடந்த வேட்டை அவன் வாழ்நாளில் மறக்கமுடியாத நிகழ்வு ஆகிறது. அவனுடன் வந்த மலைவாசிகள் புதர்களிலும் மரங்களிலும்ஓடைகளிலும் ஒளிந்திருந்த நரிகளையும் மான்களையும் காட்டாடுளையும் உடும்புகளையும் கண்டுபிடித்து மிக அழகாக வேட்டையாடு கின்றனர். அவனும் தன் துப்பாக்கியால் சுடுகிறான்.காட்டுக் கோழிகளும் பறவை முட்டைகளும் அவர்களுக்கு நிறைய கிடைக்கின்றன.

அந்த வாரம் டென்னிஸ் எழுதிய டைரி குறிப்பில் ''தென்னிந்தியாவின் தமிழ்நாட்டின் வடபகுதியில் அமைந்துள்ள ஜவ்வாது மலை பெரும் விருட்சங்களையும் பாதுகாக்கப்பட்ட வன விலங்குகளையும் ஏராளமாக கொண்டிருக்கிறது. இம்மலையின் மீதிருந்து பள்ளத்தாக்குகளை நோக்கினால் வெள்ளி நிறத்திலான ஒரு வானவில்லை போல அருவிகள் ஒளிர்கின்றன. இயற்கையால் பாதுகாக்கப்பட்ட அரண்கள் மிகுந்த இம்மலை இந்தியாவின் ஒரு மாபெரும் பொக்கிஷம்'' என்று எழுதுகிறான்.

டென்னிசுடன் இன்னும் பல காட்டிலாகா அதிகாரிகளும் வந்து சேர்கின்றனர். இம்மலைப் பகுதியில் உள்ள மக்களுக்கு பள்ளி வசதிகளும் மருத்துவ வசதிகளும் ஏற்படுத்த முடிவு செய்கின்றனர். இம்மலை மக்களில் நிறைய பேருக்கு மலேரியா காய்ச்சல் இருக்கிறது. சரியான ஊட்ட சத்துக்கள் இன்றி குழந்தைகள் திரிகின்றனர். காய்ச்சலுக்கும் பல்வேறு நோய்களுக்கும் அடிப்படை மருத்துவங்கள் எதுவும் இல்லை.

அதிகாரிகள் தலைமையில் ஊர் மக்கள் கூடியுள்ளனர். அவர்களில் வயதான பெரியாண்டிக் கவுண்டரும்,,பூச்சி மலை நாட்டாரும்

அதிகாரிகளிடம் பேசுகின்றனர். மதராசிலிருந்து வந்த கிராம முன்சீப் ரங்காச்சாரி தலைப்பாகை அணிந்து கோட் போட்டு நெற்றியில் திரிசூர்ணம் அணிந்திருக்கிறார். இவர்களை கூப்பிட்டு நீங்கள் என்ன ஜாதி என்று கேட்கிறார்.

நாங்கல்லாம் கவுண்டர் சாதி. நாங்க திருப்பதி ஏழுமலயானை ரேணுகாம்பாள கும்புடுறோமுங்க. காளியாத்தா தான் எங்களை இங்கே இட்டுனு வந்தா. நாங்க காஞ்சிபுரத்திலிருந்து இங்க வந்தோம். பெரியாண்டிக்கவுண்டன் சொல்லுகிறான்.

அதிகாரிகளும் பிரிட்டிஷ் துரைமார்களும் குழம்பிப் போகிறார்கள்.

''ஆர் தே நாட் ட்ரைப்ஸ். துபாஷியிடம் முனிசீப் கேட்கிறார்.

அப்ப நீங்க எல்லாம் மலைசாதி கிடையாதா. இந்த மலையிலே இருக்கிறவங்க இல்லையா.

''நாங்க இந்த மலையில்தான் சாமி இருக்கிறோம். ஆனா நாங்க முதல்ல காஞ்சிபுரத்திலிருந்து இங்கே வந்தோம். ரங்காச்சாரியும்.. கேசவலுவும் . அவர்களிடம். பேசுகிறார்கள்.

கவர்மெண்ட் ரெக்கார்ட்ல கவுண்டர்னு எழுதமுடியாது. அப்பிடின்னு எழுதினா உங்களுக்கு எந்த அரசாங்க சலுகையும் கிடைக்காது. நீங்கள் இந்த மலையில் இருக்கிறவங்க அதனால மலைவாசிகள் .மலையாளின்னுதான் உங்க ஜாதியை எழுதணும்.

அவர்கள் பேசும் மொழி இவர்களுக்கு பாதி புரியவில்லை. அதிகாரிகள் சொல்வதற்கு சரி என்று சொல்கிறார்கள். இறுதியில் எல்லோரும் பேசி இவர்களை இந்து மலையாளி, ,மலைக்கவுண்டர்கள் என்று எழுதுகிறார்கள்.

அதன்பிறகு ஜவ்வாது மலையில் ஆரம்ப பாடசாலைகள் காட்டிலாகா அதிகாரிகளால் தொடங்கப்படுகின்றன.

திருவண்ணாமலையில் இருந்தும் திருப்பத்தூரில் இருந்தும் உபாத்தியாயர்கள் வர தொடங்குகிறார்கள். டென்னிஸ் பல இடங்களில் டிஸ்பன்சரிகள்தொடங்குகிறான். மலைமக்கள் கொஞ்சம் கொஞ்சமாய் கீழ் நாட்டார் என்று அவர்கள் அழைக்கும் பிற மக்களுடன் பழகத் தொடங்குகிறார்கள். பிள்ளைகள் பள்ளிக்கு வர அஞ்சுகிறார்கள். காலங்காலமாய் காடுகளில் திரிந்தும் வேட்டையாடியும் சாமை பயிரிட்டு தன்னிச்சையாய் திரிந்த மலைவாசி குழந்தைகளுக்கு ஓரிடத்தில் அமர்வதும் எழுத்துக்களை கற்பதும் கடினமாயிருந்தது.

பள்ளிக் கூடங்களால் மலையின் சூழல் மாறுகிறது. முஸ்லிம்களும் பிற இனமக்களும் வியாபாரத்திற்கும் பிற வேலைகளுக்கும் அங்கு வரத் தொடங்குகிறார்கள். பள்ளிகள் தேனீ வளர்ப்பு நிலையங்கள் பட்டுப்புழு வளர்ப்பு காட்டிலாகா கட்டிடங்கள் காவல் நிலையம் என்று ஒவ்வொன்றாய் வரத் தொடங்குகின்றன. போக்குவரத்திற்கு பஸ் வர தொடங்குகிறது. இவர்களில் பலர் வெளியூர்களுக்கு வேலைகளுக்குச் செல்கிறார்கள்.

இந்திய தேசத்திற்கு சுதந்திரம் கிடைத்ததும், வெள்ளையர் வெளியேறியதும் அம்மலையின் உட்பகுதியில் வாழும் மக்களுக்கு பல மாதங்கள் கழித்தே தெரிகிறது.

விடுதலை பெற்ற இந்தியாவும், மகாத்மா காந்தி கொல்லப்பட்டதும் அவர்கள் அறிய பல நாட்கள் ஆகின்றன.

மாறும் காலங்களும் நாகரிகங்களும் ஊடுருவி வருகின்றன.

சந்தனம்

சீட்ட வெரசா வாடீ

பீமனின் குரலுக்கு ஓடி வருகிறாள்.

''இரு சோறாக்கிட்டேன்.துண்ணுட்டுப்போ.''

'' வாணாம் எனுக்கு ரேட்டா ஆவிடுச்சி.அங்கியே கெறி தான் ஆக்கியிருப்பானுங்கோ. நீ கதுவ நல்லா இஸ்த்து மூடிக்க. புள்ளிங்கள ஒயுங்கா இஸ்கோலுக்கு அனுப்பு.

கையில் டார்ச்சுடன் இருளில் சென்று மறைகிறான்.

காட்டின் எல்லையில் மண்ணுக் கவுண்டனின் மஞ்சம்புல் வீடிருந்தது.அதன் பின்னே வேல மரப்பொந்தின் மீதிருந்த சிறிய டார்ச்சின் ஒளியில் அவர்கள் சாப்பிட்டுக்கொண்டிருக்கிறார்கள்.

உன்னும் ராச கோவாலு மட்டும் வரல. கெறியைக் கடித்துக்கொண்டே கேட்கிறான் சின்னப் பையன்.

அந்திரிக்காப் பாத்தன். வந்துருவான். பீமா நீ அப்டிக்காப் போ. நீ இங்க என்று அவர்கள் ஐவரையும் பிரித்து அனுப்புகிறான் மண்ணு.

மசான் அமுதியாப் போ''

அடர்காட்டில் நுழைகிறார்கள்.கோடாரிகளின் ஒலி நட்சத்திரங்கள் மின்னும் இரவில் தனியாய் கேட்கிறது.

விடிய விடிய மரங்களை வெட்டுகிறார்கள்.

இப்படியே தலசொமயா எடுத்துனு போங்க. ஆந்தரா ஏஜண்ட்டும் குசாமியும் அங்க இருப்பாங்க.. அவங்கட்ட குடுத்துட்டு துட்ட வாங்கிக்கலாம்..''.

ஒத்தையடிப் பாதையில் ஏழு பேரும் சுமைகளுடன் இறங்குகிறார்கள். பூச்சிகளும், கொசுக்களும் சூழ்கின்றன. விடிவெள்ளி முளைக்கையில் சோலையூர் பீட்டை குறுக்கே அடைகிறார்கள்.

அல்லாம் வயிரம் பாஞ்சது குசாமி.கத்தியே எறங்கல.நீ துட்ட சரியா குடு.

பணத்தை எண்ணித் தந்த குசாமி கட்டைகளை மெல்லிய ஒளியில் பார்க்கிறான். அப்போது தான் வெட்டிய வாசத்துடன் சந்தனக் கட்டைகள்...... வெண்ணிறமாய் மினுக்கின்றன...

ரூபாய் நோட்டுகளை எண்ணி வைத்துக் கொண்டு அவர்கள் போளூர் எல்லைக்குள் நுழைகிறார்கள்.

'' ஓட்டலு கடயில இட்டிலியத் துண்ணுட்டு வாங்கடா. பெத்து மணிக்கு பஸ்ஸி.'' பூச்சிசொல்றான்.

மஸான் நாங்க சோலையூர் குட்டாயில படம் பாத்துட்டு அந்திரிக்கு வர்ரம்.'' சின்னப் பையன் பதில் சொல்றான்.

'' அப்பனா நாங்களும் வரோம் .அல்லாரும் கூடிக்கினு போலாம்.

அன்னிக்கு திரப்பத்தூர்ல அன்னக்கிளி பாத்தன்டா.

போடா அது இன்னாடா படம். மூணு முடிச்சில இந்த ரசினி இன்னா ஷ்டெயிலு காட்டறான்.

எமுச்சியாரு எப்பிடி ஜெவுச்சான் பத்தியா.கரணாநெதியால ஒண்ணியும் பண்ண மிடில மண்ணுவிடம் சொல்கிறான் பரதன்.

''எம்.ஜி.ஆரு வந்தா அல்லாருக்கும் தங்கமா தருவான்னு ஜனங்க நம்புது.இனிமேங் காட்டியுந்தான் பாக்கணும்.ஆனா அல்லாரும் ஓட்ட அள்ளிக் குத்திட்டாங்க.

ஏம் மாமா நாம் இந்த மரத்துங்கள வெட்டனா தப்பா. பாரஷ்ட்காரனுங்க புடிக்கறானுங்களே பீமன் கேக்கறான்.

அட போ மனா,நாம்ப வெட்டலன்னா அவுனுவளே வெட்டுவானுங்க. இத பாரு இந்த மாறி இட்டிலி வடைய நீ உன் ஜெம்முத்துல துண்ணிருப்பயா? இந்த ஓட்டலு,படம்,இத்த மாறி ஊரு அல்லாம் நம்ப புள்ளிங்களுக்கு காட்டணுண்டா. காட்டுக்குள்ளயே கடந்து நாம்ப இன்னாத்தக் கண்டம்.நாம்பளும் நெல்லு சோறு துண்ணனுண்டா.அதுக்குத்தான் இந்தக் கட்ட துட்டு.மாட்டிக்காத செய்யணும்.

பீமா துட்டை வூட்டுல வக்காத.பாறையூரு சீயங்கட்டகுடுத்து வையி. பத்து நாள்ல சொல்லியனுப்பறேன்.ராவுல தான் வேல. வந்துரு மண்ணு பிரிந்து செல்கிறான்.

''சீட்ட இத்த வூட்டு சிலவுக்கு வச்சிக்க.நான் பாறையூருக்குப் போறன்.

மாமோய் நீ இன்னாத்துக்கு இப்பிடி சம்பாரிக்கணும்னு நெனைக்கற.எனுக்கு கிலியாக்கீது.

நீ கப்புனு இரு.எனுக்கு அல்லாந்தெரியும்.சொல்லிவிட்டு போய்விடுகிறான்.

காட்டின் ஓரத்திலிருந்த அவர்களின் மஞ்சம்புல் குடிசையின் சாணம் மெழுகிய திண்ணையில் அமர்ந்திருக்கிறாள் சீட்டை.

சவ்வாதுமலைக்குன்றுகளின் இளம்பனியும், அந்தி வெயிலும் கலந்து அவ்விடத்தை இதமாக்குகின்றன.அம்மண்ணின் வளத்தில்

சந்தன மரங்கள் செழித்தோங்கியிருந்தன.மலையெங்கும் சிற்றருவிகளும்,வாவிகளும்,நீரோடைகளும் நிறைந்து மண்ணை வளமூட்டுகின்றன.. சீட்டை எழுந்து அங்கிருந்த கூடையை எடுத்துக் கொண்டு நடக்கிறாள்.காற்றில் பொன்னிறமாய் அலையும் ஏரிநீரில் தெரிகிறது அந்தக் கோபுரம்.

ஏரியின் வலப்புறம் திரும்பினால் தெரிகிறது கோவிலின் முன்புள்ள அரசமரம்.இலைகளின் ஓசை கூட்டமாய் யாரோ பேசுவது போல் கேட்கிறது.மரத்தில் அடையும் பட்சிகளின் சத்தங்களும் சேர்ந்து கொள்கிறது.

கோவிலின் கல் பாதையில் நடக்கிறாள். பித்தளைக் குமிழ்களும், தாமரை உருவங்களும் கொண்ட பிரம்மாண்டமான கதவுகள் அதன் பழமையை அறிவிக்கின்றன.கல்தூண்களில் யாழிகள் , வேழங்கள். பிரகாரத்தை தாண்டினால் இடப்புறம் பிள்ளையார். சிற்பங்களையும், தூண்களையும் தாண்டிச் செல்கிறாள்.

கருவறையில் குத்துவிளக்குகளும்,மண் அகல்களும் சுடர்கின்றன. ஒற்றைக்காலை மடித்து அமர்ந்திருக்கும் ரேணுகாம்பாளைப் பார்க்கிறாள். விளக்குகளின் ஒளியில் பறக்கும் சடையும், விழிகளும், கன்னங்களும் மின்ன இதழ்களின் புன்சிரிப்பும், கரங்களின் அபய முத்திரையும்,சிறுத்த இடையும், பொங்கும் உடலுமாய் அமர்ந்திருக்கும் அன்னையின் தோற்றம் அவளை என்னவோ செய்கிறது.மனம் நிறைகிறது. 'தாயே ...'என்ற ஒற்றைச் சொல்லுடன் தன் பாரங்களை அவளிடம் தருகிறாள்..

அடியே ரேணுகா இன்னாடி இது தண்ணிக் கொடமா?சேப்பாக் கீது.நாங்கள்லாம் பானயிலதான தண்ணி தூக்கறம்.

இது லப்பர் கொடம் யக்கா.எங்க அப்பன் ஆலாங்காயத்தல வாங்கியாந்துச்சி.பச்சக்கலரு கூட கீது.பானயாட்டம் ஒடயாது.

''மெய்யாவா.அழவா கீது நாம்பகூட வாங்கணும் கம்சலா.''

''அவுங்கூட்டுல ஜவுத்தாள் பேப்பருன்னு ஒரு பையி பாத்தன் அண்ணமொண்ட்டி.சள சளன்னு சத்தம் வருது.அல்லாத்தையும் போட்டுக்கலாம்.தண்ணி கூட ஊத்தலாம்.

அப்புடியா..

''மழ காலத்துல மட்டுந்தான் கொஞ்சம் கஷ்டம் சார்.மத்தபடி குளூரல்லாம் நல்லாத்தான் இருக்கும்.சித்திர மாசங்கூட வெயிலே தெரியாது.சில்லுனு கடக்கும்.தண்ணி தேங்காத்தண்ணியாட்டம் அனிக்கும். இந்த ஜவ்வாது மல மாறி கிளைமேட் எங்கயும் இல்ல சார்.ஏலகிரி, ஏற்காடெல்லாம் கூட்டமாயிடுச்சி. கம்மி வெலைக்கு முடிச்சி தரேன்.நீங்க வாங்கிப் போடுங்க சார்.'' மலைமேல் பேரங்கள் நடக்கின்றன.

சிவாஜி, அந்த மலையனூரு வக்கீலு உங்க மாமன் பீமன் எடத்த பத்தாயிரம் குடுத்து வாங்குனானாம.அவ்ளோ பணமாடா. இன்னாடா பண்ணப்போறான்.

தங்கறதுக்கு ரூம்பு கட்டி உடப் போறானாம்.கீழ்நாட்டாரெல்லாம் நம்ப மலைக்கு வரானுங்கடா...

பீமனின் இளைய மகள் ரேணுகா ஈஸ்வரி பள்ளி இறுதியில் படிக்கிறாள். அவள் மற்ற பிள்ளைகளைப் போல பள்ளியைக் கண்டு ஓடாமல் ஆர்வமாய் படிப்பது அவனுக்கு பெருமிதமாய் இருக்கிறது.

அவள் பள்ளியிலிருந்து வாத்தியார் கூப்பிட்டு அனுப்புகிறார்.

கருங்கல் பாவிய கல் கட்டிடத்தைத் தாண்டி ஓட்டு கட்டிடத்திற்குள் செல்கிறான் பீமன். அழுத்தமான நீல நிறம் பூசப்பட்ட பள்ளிக் கட்டிடத்தின் வராந்தாவில் எட் மாஸ்டர் கணபதி வாத்தியாரும், சண்முகம் வாத்தியாரும் நின்று பேசிக்

கொண்டிருக்கிறார்கள். சுசீலா வாத்திச்சியும், பழனியம்மாளும் எதையோ கையில் எடுத்து அடுக்கி வைக்கிறார்கள்.

"வணக்கஞ்சார்"

"வாப்பா. உன் பொண்ணு ரேணுகா படிப்ப பத்தி சொல்லத்தான் கூப்பிட்டன்"

சண்முகம் வாத்தாயார் சொல்றார் "ரேணுகா ஈஸ்வரிக்கு படிப்பு நல்லா வருது. நல்ல மார்க் கெடைக்கும். அப்படியே காலேஜுல சேர்த்து பியூசி படிக்கவை. உங்க மல ஆளுங்களுக்கு கவர்மெண்ட் வேல ஈசியா கெடைக்கும்"

பீமதேவனுக்கு மனசுக்குள் பெருமையாய் இருக்கு. இருந்தாலும் தயங்குகிறான். "அதுக்கில்ல சார்... எங்க ஊட்ல யாரும் இவ்ளோ படிக்கல. எம் பெரியமவன் இஸ்கூல பாதியில உட்டுட்டு ஓடிப்புட்டான். பொட்டப்புள்ளிய எப்பிடி சார் இதுக்கு மேல படிக்க வக்கறது. பொண்ணு கெட்ட மாமனுங்க வரானுங்க."

"இல்ல பீமன். நாங்க சொல்றதக் கேளுங்க. படிச்ச பின்னால கட்டிக்குடுங்க"

ஆரன் வாத்தியார் சொல்றார், "நாங்க சேத்து விடறோம். நல்லா படிக்கற பிள்ள படிப்ப நிறுத்தாத பீமா. உங்க எஸ் டி ஆளுங்களுக்கு பியூசி முடிச்சா கவர்மெண்ட்லயே நல்ல வேல கெடைக்கும். படிக்கட்டும்"

"சரிங்க சாரு"

வரிசையாய் நின்றிருக்கும் பாக்கு மரங்களைத் தாண்டி வீட்டிற்கு வரும் போது மனதுக்குள் கணக்கு போடுகிறான்.

"அய்யே பொட்ட புள்ளிய பள்ளியோடம் அனுப்பனதே போதாதா. மோட்லாப்பட்டு நாட்டாரு மவன் காசி, பொண்ணுக்கு

வரான். குடுத்தடலாம். இன்னாத்துக்கு காலேசுக்கெல்லாம்.? '' சீட்ட இவனிடம் சண்டை பிடிக்கிறாள்.

''அம்மா நான் பியூசி படிக்கறம்மா. கல்யாணம் இப்ப வேணாம்.'' ரேணுகாவும் சேர்ந்து கொள்ளவும் சீட்டையால் தடுக்க முடியவில்லை.

அவர்கள் குடும்பங்களில் பெண் குழந்தைகளில் முதன் முறையாக ரேணுகா கல்லூரிக்குள் செல்கிறாள். தினம் ஆறு மைல் நடந்து சென்றாலும் கல்லூரியும், நண்பர்களும் அங்குள்ள கலாச்சாரங்களும் அவளுக்கு பிடித்திருக்கிறது. மலை வாசிகளிலிருந்து கல்லூரிக்கு வந்த முதல் பெண் என்பதால் அவள் எல்லோருக்கும் பிடித்தமானவளாகவே அங்கு இருக்கிறாள்.

அங்கு ஏற்கனவே படிக்கும் அவள் சொந்தங்களான சிவாஜியும், கன்னியப்பனும் மட்டும் இவளிடம் தனியாக வந்து ''ரேணுகா கீழ்நாட்டு பொண்ணுங்க கட்ட ரோசனயா பேசு. அவளுங்களுக்கு நம்பளக் கண்டாலே எளப்பந்தான். குளிக்காதவனுங்க, படிக்காதவனுங்கன்னு எங்களயே மட்டமாத்தான் பாக்கறாளுங்க. நம்பள பத்தி இங்கிலீசுலயே வைவாளுங்க'' என்று சொல்கிறார்கள்.

ரேணுகாவுக்கு ஆரம்பத்தில் பயமாகத் தான் இருந்தது. ஆனால் பழகிக் கொண்டாள். கல்லூரி முதல்வரும், சில பேராசிரியர்களும் உண்மையிலேயே அவளிடம் வாஞ்சையாய் இருந்தார்கள். அதற்கேற்ப ரேணுகாவும் படிப்பில் நன்றாகவே இருந்தாள். கல்லூரி வளாகமும், பெரிய பெரிய கல் கட்டிடங்களும், பசும் கமுகு மரங்களும், பராமரிக்கப்படும் புல்வெளியும், கலர்கலரான குரோட்டன்ஸ்கள் வளர்ந்த தோட்டமும் அவளுக்கு மகிழ்வாயிருந்தன. நூலகமும், லைபாரட்டரியும் இத்தனை பெரியதாய் இப்பொழுது தான் பார்க்கிறாள். பள்ளி போலன்றி

கும்பலாய் திரியும் மாணவர்களும், எதற்கெடுத்தாலும் சிரிக்கும் பெண்களும். தோழமையாய் பழகும் லெக்சரர்களும் அவளுக்கு புதிய உலகமாயிருந்தது.

பியூசி முடித்து. தமிழ் இலக்கியம் தான் படித்தாள். ஆறுமுகம் அய்யாவின் இலக்கண வகுப்புகளும், கம்பராமாயண பாடல்களும் அவளை மூழ்கடித்தன. இது நாள் வரையில் அவள் சமூகத்துப் பெண்கள் அறியாத உலகை அவள் காண்கிறாள். புதிய மனிதர்களும், அவர்களின் நாகரிகங்களும், கல்வியும் அவளைச் சுடர்ந்தெழச் செய்கின்றன. இயற்கையிலேயே அழகியான அவள் இத்தெளிவினையும், அறிவினையும் உள்ளத்தில் ஏற்று இன்னும் இன்னும் மின்னும் பேரழகியாய் வலம் வருகிறாள்.

அவள் கல்லூரி முதல்வர் வேதநாயகம் சாரின் வகுப்புகள் அவர்களுக்கு மிகவும் விருப்பமானவை. எப்பொழுதும் நகைச்சுவையாய் பேசும் அவருக்கு ரேணுகாவின் மீது அனுசரணை அதிகம். ட்ரைப்ஸ் எல்லாரும் படித்து முன்னுக்கு வரணும் என்று சொல்லிக்கொண்டே இருப்பார். ஆங்கில பேராசிரியரான அவர் எப்பொழுதும் நீட்டாக டிரஸ் பண்ணுவார். டை கட்டி ஷூ போட்டு அயன் கலையாமல் வலம் வருவார். ஆறடி உயரத்தில் எம் ஜிஆர் போல தலைசீவி அவர் கல்லூரி வளாகத்திற்குள் நடந்து வந்தால் மாணவர்கள் எல்லோரும் பயப்படுவார்கள். அவரது இங்கிலீஷ் கிராமர் வகுப்புகள் அத்தனை சுவாரசியமாய் இருக்கும்.வகுப்பில் நிறைய கதைகள் சொல்லுவார். அப்படி அவர் ஒரு வகுப்பில் சொல்லிய 'டீ போட்ட கதை'' கல்லூரி முழுவதும் ஃபேமஸ் ஆகிவிட்டது.

அவர் சொன்ன கதை இதுதான், எங்க அப்பா பேரு ஞானமுத்து. அந்த காலத்து மிஷின் ஸ்கூலில் ஹையர் கிரேட் வாத்தியார். சர்ச்சிலும் உபதேசியார். மிக நன்றாக சிலம்பம் சுற்றுவார். ஒருநாள்

அதிகாலையில் எழுந்து எங்க ஊர் மாரிமுத்து டீக்கடைக்கு வந்திருக்கிறார்.

ஏ மாரிமுத்து ஒரு டீ போடு என்றிருக்கிறார்.

அவன் டீ போடுவதற்குள் ''இரு இரு வேணாம்.எஸ்தர் வீட்ல டீ போட்ருப்பா என்றிருக்கிறார்.

பிறகு மீண்டும் சரி மாரிமுத்து நீயே டீ போடு . அவ எங்க எழும்பிருக்கப்போறா என்றிருக்கிறார்.

மறுபடியும் கொஞ்ச நேரத்தில் சரி மாரிமுத்து டீ வேண்டாம், நான் வீட்டுக்கு போறேன் என்றார்.

ஒரு ஸ்டெப் நடந்துட்டு திரும்பவும் வந்து நீயே டீபோடுப்பா என்று சொல்லவும் மாரி முத்து கடுப்பாகி 'சார் போங்க சார் நான் டீயே போடல' என்று கோபப்பட்டிருக்கிறான்''

இந்த கதையை வேதநாயகம் சார் சிரித்து சிரித்து நாடகமாக நடித்துக் காண்பித்தார்.கல்லூரி முழுவதும் பிரபலமாகிவிட்டது. பிசிக்ஸ் புரபசர் சிகாமணி சார் சாதாரணமாக யாராவது முடிவெடுக்க தடுமாறினால், இது என்னய்யா' டீ போட்ட கதையா இருக்கு' என்பார்.

ஸ்டுடண்ட்ஸ் கூட யாராவது மாற்றி மாற்றி பேசினா சரியா எந்த டெஷிஷனும் எடுக்காவிட்டால்,ஏன் இப்படி டீ போடுற? என்று சொல்லும் அளவிற்கு வேதநாயகம் சார் கதை சொல்வதில் நிபுணர்.

அந்த ஆண்டு பியூசி மாணவர்களுக்கு ஃபேர்வெல் கொடுக்கும் போதுதான் ரேணுகாவிற்கு வேதநாயகம் சாரின் சொந்த வாழ்க்கை பற்றி தெரிந்தது. ஆம் அவருக்கு நடக்க முடியாமல் ஸ்பென்சர் என்று ஒரு பையன் இருந்தான். அவனை வீல் சேரில் வைத்து கல்லூரிக்கு கொண்டுவந்திருந்தார். அவரது கருணை பொங்கும் பேச்சும்

மாணவர்களிடம் அவர் கொண்ட அன்பும் அவரது சொந்த வாழ்க்கையின் தாக்கமே என்று அவள் உணர்ந்து கொண்ட தினமன்று.

லேப் அசிஸ்டெண்ட் முருகானந்தம் ரொம்ப நல்லா பாடுவார். எம்ஜிஆர், சிவாஜி பாடல்களை மிக அழகாக பாடுவார்.

அச்சம் என்பது மடமையடா

அஞ்சாமை திராவிடர் உடமையடா

என்று எம் ஜிஆர் போல கையசைத்து அவர் பாடினால் இன்றைக்கெல்லாம் பார்த்துக் கொண்டே இருக்கலாம். கல்லூரியில் நடக்கும் எந்த விழாவிலும் அவர் மிமிக்ரி செய்வார்.

இப்படி கல்லூரியில் நடக்கும் எல்லா கதைகளையும் அவள் அம்மாவிடமும் குப்பு ஆயாவிடம் சொல்லுவாள். அவள் சொல்லாமல் விட்ட கதை ஒன்றும் இருந்தது.

முதலாண்டு இறுதியில் திருவண்ணாமலைக்கும், சாத்தனூர் அணைக்கும் சுற்றுலா சென்றார்கள். ரேணுகா மலையைத் தவிர வேறு இடங்களுக்குச் சென்றதில்லை. திருப்பதிக்கு மட்டும் இரண்டு முறை கூட்டத்தோடு போயிருந்ததே அவள் வெளியூர் பயணம்.

கல்லூரிப் பேருந்தில் பாடல்களும், ஆடல்களும் கலகலக்கிறது. மலைப்பாதையில் வண்டி இறங்குவது அவளுக்கு தலை சுற்றுவது போலிருந்தாலும், பள்ளத்தாக்குகளும், மரங்களும் கடந்து செல்வது உவகையாயிருக்கிறது. பக்கத்தில் அமர்ந்திருக்கும் சங்கீதாவின் கைகளைப் பிடித்துக் கொள்கிறாள். குளிர் காற்று முகத்தில் மோதி குழல் கற்றைகள் பறக்கின்றன.

சாலையின் இருபுறமும் அடர்ந்த மரங்கள் சரிந்து இறங்குவது போல படர்ந்திருக்கின்றன. பசுமை கண்களில் ஊடுருவுகிறது. ஒரு

மரம் முழுக்க சிவந்த இலைகளுடன் பளீரெனத் தெரிகிறது. இடையிடையே ஊதா வண்ண சிறுமலர்க் கொத்துகளுடன் சில மரங்கள். காட்டுக் கொடிகள் அடர்ந்து மரங்களை அணைக்கின்றன. பஸ் சத்தத்தில் கூட்டமாக வெண்மையும் கருமையுமான சிறகுகளுடன் குருவிகள் புதர்களிலிருந்து பறக்கின்றன. வளைவு ஒன்றில் முயல்கள் சில சிதறி ஓடுகின்றன. ரேணுகாவிற்கு மனம் பறக்கிறது. காற்றில் கண்களை மூடிக் கொள்கிறாள்.

ரேணு! எழுந்திரு டீ சங்கீதா உலுக்குகிறாள்.

"திருவண்ணாமலைக்கு வந்துட்டோம்."

விழித்துப் பார்க்கிறாள்.

வெயில் சுளீரென முகத்தில் படுகிறது. வண்டிகளின் சத்தம், பாட்டு சத்தம். மனிதர்கள் பேசும் குரல்கள், மாட்டு வண்டிகளின் சலங்கை ஓசை என்று கலவையான அவ்வுலகம் அவளுக்கு ஆச்சர்யமாயிருக்கிறது. கும்பலாய் செல்லும் ஒரு கூட்டத்தில் யாரையோ கூவி அழைக்கிறார்கள்.

வண்டியிலிருந்து இறங்கியவள் அண்ணாந்து பார்க்கிறாள். மலையின் மீது கோபுரமாய் தெரியும் அண்ணாமலையானைக் கண்டு கண்கள் வியக்கின்றன. பச்சைப்பசேலென்ற மலையின் மீது தனித்து உயர்ந்து நிற்கும் அந்த மலைச் சிகரத்தைக் கண்டு எல்லாரும் கைகூப்பி வணங்குகின்றனர். உயர்ந்த அந்த லிங்க வடிவத்தைக் காண்கையில் ரேணுகாவிற்கு மனம் நிறைகிறது. உடல் உதறுகிறது.

"நீதானா, அப்பனே நீதான் எங்க மலையிலயும் இருக்கயா, அண்ணாமலையானே எல்லாரையும் காப்பாத்து" மேகங்கள் சூழ நிற்கும் அம்மலையினை வணங்குகிறாள். கண்களில் கண்ணீர் வழிகிறது.

மலை மலையாய் பூக்கள் குவித்து வைக்கப்பட்டிருக்கின்றன. செவ்வந்திப்பூக்களும், ரோஜாப்பூக்களும், தாமரைமலர்களும், வாடாமல்லியும் குவிந்து கலவையான வாசத்தை பரப்புகின்றன. அத்தனை மலர்களையும் ஒன்றாகப் பார்க்கப் பார்க்க சலிக்கவில்லை. மல்லிகையும், முல்லையும், கதம்பமும் சரங்களாய் சுருட்டப் பட்டும், மாலைகளாகவும் நிறைந்திருக்கின்றன. பாத்திரக் கடைகளையும், பொரிகடலைக் கடைகளையும், மண்விளக்கு களையும், தேங்காய், பழங்களையும், கற்பூரக் கடைகளையும் தாண்டி கோவிலின் உள்ளே செல்கின்றனர்.

கல் மண்டபங்களையும், தூண்களையும் பற்றி பேராசிரியர் ஒருவர் விளக்குகிறார்.

உள்ளே செல்கிறார்கள். அண்ணாமலையாரையும், உண்ணாமுலையம்மனையும் வணங்கி பிரகாரத்தில் வருகையில் ரேணுகாவிற்கு இக்கோவிலுள்ள சாமியை விட மலைதான் கடவுளாய்த் தோன்றுகிறது.

பிள்ளையார் சந்நிதி அருகில் மாணவிகள் எல்லோரும் நிற்கிறார்கள். பிரின்சிபல் வேதநாயகம் சார் நடந்து வருவது தெரிகிறது. அவருடன் இன்னும் நிறைய புதியவர்கள் வருகிறார்கள்.

''ஸ்டூடன்ட்ஸ்! இவர் இங்க கர்மேல் சர்ச் இன்சார்ஜ் பிரதர் ஆண்டனி தாஸ். நம்ம எல்லோருக்கும் திருவண்ணாமலையையும், சாத்தனூரையும் சுத்தி காட்ட போறது இவர்தான். அதோட நம்மளுக்கு லஞ்ச் அரேஞ்ச் பண்ணியிருக்கார்'' எல்லோரும் ஓவென கத்துகிறார்கள். கை தட்டி அவரை வரவேற்கிறார்கள்.

வண்டியில் ஒரே பாடல்களும், ஆட்டங்களுமாய் இருக்கிறது.

பையன்கள் ஓடும் பஸ்ஸில் ஆடுகிறார்கள். பிரின்சிபாலும், லெக்சரர்சும் எதுவும் சொல்லாம கூடச் சேர்ந்து சிரிப்பது அவர்களுக்கு

இன்னும் உற்சாகமாய் இருக்கிறது. ரேணுகாவிற்கு இந்த புதிய இடங்களும், சப்தங்களும் மனதில் பரவசத்தை ஊட்டுகிறது. சிரித்துக் கொண்டே இருக்கிறாள். அண்ணாமலையாரை தரிசிக்க கால்நடையாய் மஞ்சள் ஆடை உடுத்தி அரோகரா என்று கூவிச் செல்லும் பக்தர்கள் கூட்டத்தை தாண்டி பஸ் நிற்கிறது.

பெரிய பெரிய பன்னீர் மரங்கள் பசேலென நிற்கின்றன. வெண்ணிற நீள நீள மலர்கள் தரையெங்கும் பரவி மணக்கின்றன. மரங்களின் கீழ் புல்லில் அமர்கின்றனர். சங்கீதா, பொன்னி, மகாலட்சுமி, உமையாள் எல்லாரும் பேசிப் பேசி சிரிக்கின்றனர்.

ரேணுகா அங்கிருக்கும் இளஞ்சிவப்பு பால்சம் பூக்களைப் பறிக்கிறாள்.

''இந்தாங்க உங்க எல்லாருக்கும் எடுத்துக்கோங்க ''பிஸ்கட் பாக்கெட்டுகளை நீட்டுகிறான். வாங்கிக் கொள்கிறாள்.

அவளைப் பார்த்து சிரிக்கிறான். அடர்ந்த தலைமயிர்கள் கலைந்து சிவந்த முகத்தில் படிந்திருக்கிறது. கண்களை உயர்த்தி அவனைப் பார்க்கிறாள்.

யாருடீ அது?

''தெரியல பிஸ்கெட் குடுத்தார்''

''பாதர் கூட வந்தாண்டீ. நல்லா இருக்கானில்ல... . ஏண்டீ ரேணு அவங்கிட்ட பேசியிருக்கலாமில்ல''

போங்கடீ''

''இது தான் சாத்தனூர் ரிசர்வாயர் டேம். பெண்ணையாத்து மேல கட்டியிருக்கு. காமராஜர் பீரியட்ல கட்டினது., ''பாதர் ஆண்டனிதாஸ் சொல்கிறார். உயர்ந்த மதகுகளில் தண்ணீர் பொங்கி வழிகிறது. அனைவரும் உற்சாகமாக ஏறுகின்றனர். ரேணுகாவிற்கு மூச்சு

வாங்குகிறது. மேலே ஏறிய பிறகுதான் அணையின் பிரம்மாண்டம் தெரிகிறது. காற்று முகத்தில் மோத தாவணி பறக்கிறது. இழுத்துப் பிடித்துக் கொள்கிறாள்.

"நல்ல வியூவ் இல்ல.. எண்பதடி இருக்குமோ. ",பக்கத்தில் கேட்கும் குரலில் அதிர்ந்து பார்க்கிறாள். அவன்தான். சிவந்த முகத்தில் கருப்பு கண்ணாடி அணிந்து நிற்கிறான்.

உங்க பேர் என்ன? ஞான் அலெக்ஸ். ஆண்டனி பிரதர் ரிலேட்டிவ். இங்க ரிசர்ச் ஸ்டடிஸ் பண்ண வந்திருக்கேன்"

"ரேணுவால் பேச முடியவில்லை. எம்பேரு ரேணுகா" என்று விட்டு அங்கிருந்து செல்கிறாள். மனசுக்குள் பதற்றம் இன்னும் தணியவில்லை. என்ன திடீர்னு வந்து பேசறான் என்று மட்டும் தோன்றுகிறது.

மற்ற இடங்களைச் சுற்றிப் பார்க்கையிலும், திரும்ப வரும் போது பேருந்திலும் அவனைப் பார்க்கிறாள். அவன் கவனித்ததாகத் தெரியவில்லை. இரவுச் சுடர்களின் ஒளியில் இருளில் தெரியும் மரங்களைப் பார்த்தவாறு திரும்பிய பயணம் அவளுக்குப் புதியதாயிருந்தது.

கடம்பம்

அகன்று பெரியதாய் பரவியிருந்த நீர்மத்தி மரங்கள் அவ்விடத்தைக் குளுமையாக்குகின்றன. பெரிய அத்திமரம் ஒன்று கரிய பசும் இலைகளுடன் செழித்து நிற்கிறது. கரையிலிருந்து சரியும் மணல் வெளியைத் தாண்டி ஐந்தடி அகலத்தில் நீர் ததும்பி ஓடுகிறது. நீரின் உள்ளெங்கும் மர வேர்கள். மறுகரையில் சிறு மூங்கில் புதர் மெல்லிய கழிகளுடன் காற்றில் ஓசை எழுப்புகிறது. ஓரமெங்கும் நாணற் புதர்கள், பெரிய விளா மரமொன்று வெண்ணிற அடிப்புறத்துடன் இருக்கிறது. அதன் மீது பெரிய முக்கோணங்களாய் முட்கள். சிறு இலைகளினூடே உருண்டையாய் மென் பச்சை ஓடுகளுடன் விளாம்பழங்கள் ஆடுகின்றன. சிறிய சிவந்த மலர்களுடன், மஞ்சள் அடிப்பரப்புடன் கடம்ப மரங்கள் பூக்களை உதிர்க்கின்றன. அதனை ஒட்டி கொத்து கொத்தான காட்டு களாப் பழங்களுடன் மரங்கள் அடர்ந்திருக்கின்றன. மரங்கள் மிக உயரமாய் வளர்ந்து அவ்விடத்தை மூடி சூரிய ஒளி நீரின் மீது படாதவாறு மறைக்கின்றன. புதர்களில் சிறு சிறு மலர்கள், கொடிகள் என்று அவ்விடமே குளுமையாய் காற்றில் சிலு சிலுக்கிறது. அணில்களும், ஓணான்களும் ஓடுகின்றன. மரங்களில் குருவிகள் ட்விட், ட்விட் என குரல் கொடுக்கின்றன. "அக்கோவ்" தூரத்தில் ஆட்காட்டி குருவியின் சப்தம். நீர் ஓடும் சலசலப்பில் சிறு மீன்கள் மின்னித் துள்ளுகின்றன. தவளைகள் குதிக்கின்றன.

அண்ணாந்து மேலே பார்க்கிறாள். இலைகளின் பசுமை அடுக்கடுக்காய் தெரிகிறது. கோடுகள் போல கிளைகள் ஓடுகின்றன.

''நீ எதுக்கும் அஞ்சாண்டாம் ரேணு. ஞான் பாதர் கிட்ட பேசறன்.''

''எங்கப்பனுக்குத் தெரிஞ்சா வெட்டிப்புடுவான்... ''அவள் உடல் அதிர்கிறது. அகன்ற விழிகள், வளைந்த கரும் இமைப் பீலிகள், அடர்ந்து இறங்கும் காதோர மயிர்கள், மென் மயிர்கள் பரவிய கன்னம், வளைந்த இதழ்கள், கழுத்தின் சரிவு, நீண்ட அவள் கரங்கள், முதுகின் வளைவு, சரிந்தெழும் பெண்மை, ஊதா வண்ண சிற்றாடை படிந்திருக்கும் இடை. அவள்கொண்ட முழுமை அவளின் பொன்னிறம் அவனை உவகை கொள்ளச் செய்கிறது. அவள் மீதான பிரேமை உள்ளத்தை ஊடுருவி அவன் நினைவுகள் நிலையழிகின்றன.

''ரேணு''... கரங்களைப் பற்றிக் கொள்கிறான். அந்தி வெயில் மரங்களின் ஊடே அவள் மீது படிகிறது. முகம் சிவந்து, விழிகள் விரிய ஒரு புறம் சரிந்து அவள் பார்க்கும் அக்கணம் அவனுள் அவள் முழுமையாய் நிறைகிறாள். செவ்வந்தி ஒளியில் குழல்கள் அசைய அவள் பார்க்கும் அந்த நொடி உலகின் பேரழகியாய், அவனை ஆக்ரமிக்கும் யட்சியாய், அவன் உள்ளத்தில் படிகிறாள்.

அகன்ற அவன் தோள்களில் சாய்ந்து கொள்கிறாள்.

''மாமா'' குரல் எழவில்லை. அணைத்துக் கொள்கிறான்.

'கல்யாணம் செஞ்சுட்டு எங்க ஊருக்க கேரளத்துக்குப் போயிடலாம். ஆரும் எதுவும் செய்ய ஏலாது. நீ மேஜரல்லா. மனசிலாயோ ''சரியென தலையசைக்கிறாள். நெற்றியில் விழும் கூந்தல் பிசிறுகளை ஒதுக்கி முத்தமிடுகிறான். அவள் உடல் விதிர்த்து பொங்குகிறது.

கோரம்பாயில் புரண்டு படுக்கிறாள். மஞ்சம் புல் குடிசையின் உள்ளே சிறிய காடா விளக்கு எரிகிறது. அப்பா, அம்மா, வெங்கட்டா,

குப்பாயா, கோவாலு, கோயிந்தப்பன் அல்லாரும் வரிசையாய் படுத்திருக்காங்க. அவளுக்கு தூக்கம் வரவில்லை. மெதுவாக எழுந்து வெளியில் வருகிறாள். பக்கத்து வூடு இரண்டுக்கும் ஒரே சுவர் தான். அவள் அண்ணன் கமலனும் அண்ணி ஜம்படியாவும் இருக்கும் குடிசையில் பேச்சு சத்தம் கேக்குது..

மாடுகள் அசைகின்றன. பெரிய மாடு அசை போடும் ஓசை, வாலைத் தூக்கி அது மூத்திரம் விடும் சத்தம் இரவில் தனித்து கேட்கிறது. பின் பக்கம் வந்து கெண்டைக் கல்லின் மேல் அமர்கிறாள். நிலவொளி பொன்னிறமாய், வெண்மையாய் பரவியிருக்கிறது. அகன்ற கொல்லைகளும், தூரத்தில் தெரியும் புளிய மரங்களும் நிழலாய் தெரிகின்றன. சாமை அறுத்து வெறுமையாய் இருக்கும் கொல்லையில் உருண்டைக் கற்கள் பளிங்காய் நில வொளியில் ஒளிர்கின்றன. தூரத்து வாகை மரத்தின் மேல் முழு நிலா வெண்ணிற தட்டம் போல ஒளிர்கிறது. நிலவின் கரும் மேடுகளும் தெரிகின்றன.

ரேணுவுக்கு மனம் முழுக்க அவன் தான் இருக்கிறான். டூர் போயிட்டு வந்த மறுநாள் கல்லூரியில் அவனைப் பார்த்தாள்.

தேன் பற்றி ரிசர்ச் பண்ண வந்திருப்பதாய் பேசிக் கொண்டார்கள். மாதா கோயில் பங்களாவில் தங்கியிருந்தான். இவளைப் பார்த்ததும் தூரத்திலேயே சிரித்தான்.

கேரளாவில் பெரிய குடும்பம், அங்க போயிடலாம்! கல்யாணம் பண்ணிக்கிடலாம் என்கிறான். இவளுக்கு தன் அப்பனையும், ஊரையும் நினைச்சு பயமா இருக்கு. வேற ஆளுங்களக் கட்டிக்கினா ஊரவுட்டு குடும்பத்தையே தள்ளி வச்சுடுவாங்க. அப்பனும், சின்னாப்பனும் சேந்தா கழுத்த இறுக்கியே சாவடிச்சுடுவாங்க.

ஆனால் அலெக்ச நெனைச்சா மனசு அப்படியே பறக்குது. அவன் இல்லாத வாழ்க்கைய நெனைக்கவே முடியல. அவன் பேச்சும்,

சிரிப்பும், உற்சாகம் குன்றாத வேடிக்கைகளும், எல்லாத்தையும் விட அவள் மேல வச்சிருக்கற காதலையும் தன்னால விட்டுட முடியுமான்னு நெனச்சிப் பாக்கறா.

ஏன் இப்படி ஒரு அன்பு எனக்கு வரணும்? அவன் வந்து பேசனப்பவே பேசாம.போயிருக்கலாமோ?

இல்லயில்ல. திருவண்ணாமலையில மொதல்ல அவன் பேசனப்பவே எம்மனசுல நின்னுடுச்சி. அவன் வந்து பேசலன்னா தான் வருத்தப்பட்டிருப்பேன். இந்த நெனப்ப என்ன செய்யறது ஒளிரும் நிலாவயேப் பாத்துட்டு உட்காந்திருக்கா. முழு நிலவொளியில அவனப் பத்தின எண்ணங்கள் மட்டுமே மனசுல நெறஞ்சு இப்படி இருக்கறது அவ உள்ளுக்குள்ள என்னமோ செய்யுது. அழியாத இந்த, இளமையின் நிலை கொள்ளாமை ஊழியின் காலங்கள் தொடங்கி என்றென்றும், இப்பிரபஞ்சமெங்கும் எல்லா மண்ணுலயும் எல்லா தேசத்துலயும், எல்லா மானுட உள்ளங்களிலும் தொடர்ந்துகிட்டே தான் இருக்கு. அந்த உணர்வின் வெளிப்பாடே மனுஷ குலத்தோட இத்தனை நாகரிகங்களும், சண்டைகளும், அழிவுகளும், வெற்றிகளும்..

சிறு பெண்ணாய் இவள் நிற்கும் இத்தனிமை மானுட குலத்தின் தனிமை தான். அதன் வலுவத் தாங்காம ஓடறவங்கதான் அதிகம்.

இவள் மனசுக்குள்ள இந்த நேரத்துல முழுசா இருக்கும் பேரவாவ, பொங்கிப் பெருகும் அந்த உணர்வழுத்தத்த ''காதல்'' என்றுஒரு சிறுசொல்லில் முடித்துவிடஇயலுமா?அவள் மனதின் முழு அன்பை அவள் யார் மேல மையல் கொண்டு நிலை குலையறாளோ அவனால கூட புரிஞ்சிக்க முடியாது என்பதுதான் நியதி. அது சூழ்ந்துள்ள உலகின் ஆழத்தைக் கண்டறியக் கொண்ட பெருங்காதல். உள்ளுக்குள் மறைந்திருக்க எதுவுமே இல்லைன்னு

சொல்லக்கூடிய பிணைப்பு. ஒரு சிறு துளியும் இல்லாம எந்த மனசு இணைஞ்சிட முடியும்? அப்படி ஒருத்தரா மாறி உருவாகிட முடியும்னு அந்த பேதையின் மனசு நம்புது. உலகத்துல எழுதி வைக்கப்பட்டுள்ள காவியங்களும், காதலும் அதில் உள்ளபடியே இருக்கும்னு நம்புறா. தன்னை இழுத்துப் பிடிக்கற இந்தக் கீழ்மையான யதார்த்தவிட்டு வானத்துல பறந்துகிட்டே, சிரிச்சிக்கிட்டே கைகளவிடாம பிடிச்சுக்கிட்டே போகற உன்னதத்துக்கு போக மனசு ஏங்குது. அது வெள்ளியா, பொன்னா உருகி, தன் வெளிச்சத்தை எல்லா எடத்துலயும் பரப்பி, எல்லா அசிங்கங்களையும், இழிவுகளையும் கழுவி, மேன்மைகள் மட்டுமே அலைந்து நடனமிடும் கனா மாதிரி அழகா அவள் கண் முன்னால விரிஞ்சிருக்கு.

வெய்யோன் வந்து இந்தக் கனவை உடைக்கும் புலர் காலைப் பொழுது சில நாழிகை தொலைவில இருக்கு என்ற உண்மையெல்லாம் புரியல.,

காலை பனியில் அம்மா எழுப்புறா.

''ரேணுகா ஈஸ்பரி ஏள்ந்திருடீ. நானும் ஆசாளும் கெவுறு அறுக்க போறம். நீ வூடெல்லாம் வெளக்கிட்டு கெளி களாறி, எகிரி கடஞ்சி எடுத்தா''

கண்எரியுது.அம்மாவும்,குப்பாயாளும்அறுவாளைஎடுத்துனுபோறாங்க.

வீட்டு வேலையெல்லாம் முடிச்சி களிய எடுத்துகிட்டுப் போறா.

வேல மரத்தடியில் ரஸ்மணன் மாமனும், மஞ்சாத்தியும் நின்னு பேசிக் கொண்டிருக்கிறார்கள்.

இவளப் பார்த்ததும் மாமங் கேக்கறான் ''ஈஸ்வரி கெவுறுக் கொல்லிக்கா போற?''

மஞ்சாத்தியும் சிரிக்கிறா. தலையில பளபளன்னு எண்ணெய் வழிய தல முடிய நடு வகிடெடுத்து ரெண்டு பக்கமும் வழிச்சி வாரியிருக்கா. மூக்கில் ரெண்டு பக்கமும் பட்டை பட்டையான கல்லு வச்ச மூக்குத்தி, காதுல கல் கம்மலுல இருந்து ரெண்டு எலைங்க எறங்க அதுக்கு கீழ பெரிய தொங்கட்டான் ஆடுது. கையில ரப்பர் வளையலுங்க. வாயில் சேலைய பாவட இல்லாம, ரவிக்க இல்லாம பின் கொசுவம்வச்சி கட்டியிருக்கா.

ரஸ்மணன் மாமனும் ஒடம்புல சட்ட போடல. சோமத்த இளுத்து முட்டிக் காலுக்கு நடுவுல இறுக்கி கட்டியிருக்கான். தலைய அழுந்த வாரி பின்பக்கமா கொண்டக் குடுமி போட்டு மேல செவப்பு துண்டால தலப்பா கட்டியிருக்குது. இங்க நம்ப ஆளுங்க நெறய பேரு இப்டித்தான் இருக்கறாங்க. காலுக்கு செருப்பெல்லாம் போடறதில்லன்னு ரேணுகா நெனைச்சுக்கறா.

அவங்களப் பாத்து சிரிச்சிகிட்டே, ''இம்மா நேரத்துல இங்க நிண்டுனுகிறீங்க. சின்னு பெரியாப்பன் ஆட்டுக்குப் போற நேரம்'னு சொல்றா. ரண் டு பேரும் வெக்கப்பட்டுக்கிட்டே வேகமா ஆத்துப் பக்கம் போறாங்க. ரேணுகாவுக்கு இன்னும் சிரிப்பு வருது.

இவள் நடந்து வரதப்பாத்துட்டு அம்மாவும், ஆசாளும், குட்டியப்பனும் கெவுறு கொல்லியில இருந்து அறுத்த கருதையும், பன்னறுவாயயும் வச்சிட்டு ஏறி வராங்க. படர்ந்து இருந்த மஞ்சாக் கடம்ப மரத்தடியில தேக்க எலையப் பரிச்சு களியும், எகிறிச்சாறும் புளியந் தொகையலும் வச்சி தரா.

''ஆசா எனுக்கு காலேஜுக்கு கட்ட.. மூன்ருபா.. வோணும். அம்ம தாரமாட்டன்றா வாங்கித்தா''

''எங்கிட்ட எங்கடி பணங்கீது. அதான் உன்ன படிக்க வாணாம்னு சொன்னன்''

''உம் புருசன் கட்ட கீது பாரு. வாங்கித்தா''

''அவன் கட்டதுட்டு முச்சூடும் எங்க வசினுகீரானெனு தெரியலயே''

''அது சரட்டையும், சோமத்தையும் வச்சினுகீதே அந்தப் பையில தான் வச்சினு கீதும்மா. நா பாத்தன்.''

அடியம்மா இன்னாடி இது காசாரமாக்கீது. நேத்து ரவைக்கு எண்ண சீசாவுல தம்மூண்டு தான் கடக்குது, எண்ண வேங்க துட்டு குடுன்னு கேட்டா எங்கிட்ட அம்பசா இல்லன்னு சொல்லுச்சு. இவ இன்னா துட்ட பெய்யில வசினுகிறான்னு சொல்றா''

''மெய்யாதாம்மா, வத்திப்பொட்டி தேடறப்ப பாத்தேன். கட்டு கட்டா பச்ச நோட்டு பாத்தேன். எனுக்கு கிலியாப் பூடுச்சி. அப்பிடியே வச்சிட்டேன்.''

கம்பங்களியை உருட்டி வாயில் போட்டுக்கிட்டே குப்பாயா சொல்றா,' 'மனா நீ கப்புனு இரு. அவன் வந்தா நானு கேட்டு துட்டு வாங்கித்தரேன். கெளி உனுக்குதான் மனா நெல்லா களாற வருது. உங்கம்மா கூட இப்பிடி ஆக்கமாட்டா. எம்பொன்னு பேத்திய கட்டுறதுக்கு எங்கருந்து மாப்ள வரானோ'' கிழவி பெருமிதமாய் கொஞ்சறா..

அவளுக்கு தோலெல்லாம் சுருங்கி தலைமுடி வெள்ளையா பந்து மாதிரி இருக்கு. கையில எல்லாம் பச்ச குத்தி வச்சிருக்கா. அவளுக்கு என்ன வயசுன்னு கேட்டா தெரியாதுன்னுதான் சொல்றா. பத்து வயசுல குப்பாயனக் கட்டிக்கினு மேல் சலம்படில இருந்து வந்தவ. பீமனையும் சேத்து ஒம்பது புள்ளைங்க. ரண்டு பேரு பேயடிச்சு கொளந்தையிலயே சத்துடுச்சின்னு கணக்கு வச்சிருக்கா.

புருசன் பொஞ்சாதிக்கு ஒரே பேரு இருந்தா அதஷ்டம்னு ஊருல

அல்லாரும் சொல்லுவாங்க .ஆனாக்க அவளக்கேட்டா அது இன்னாடி அதஷ்டம். அவன் ஆடு மேய்க்கறவ, களபுடுங்கறவ எவளப் பாத்தாலும் கோமணத்த அவுத்துருவான்னு சாதாரணமாச் சொல்லுவா.

புருசன் இருந்த காலத்துலயும், புள்ளைங்க வளந்த காலத்துலயும் அவ வேல என்னிக்கும் கொறஞ்சதில்ல. மூணு பொட்ட புள்ளிங்களையும் நெல்ல நெல்ல மருகனுங்கதான் பொண்ணு தூக்கனாங்க. அவுளுங்களும் சரப்பணியும், மூக்குத்தியுமா திருநாவுக்கு வரும்போது சந்தோஷமாத்தான் இருக்கு.

நாலு ஆம்பளப் பையனுங்களுக்கு கெல்யாணங் கட்டத்தான் ரெம்ப கஷ்டப்பட்டா. பொண்ணு சீரு குடுக்க கெடன் தான் வாங்கனா. பொண்ணுக்கு பட்டு சீலத் துணி, களுத்துக்கு, காதுக்கு பவனு, சொந்தக்காரங்க அல்லாத்துக்கும் சீல , சோமம், பஞ்சாயத்துக்கு ரண்டு பெரிய பன்னி, சாப்பாட்டுக்கு குதுரு சாமை, கொயிலுக்கு, நாட்டாருக்கு, ஊரானுக்குன்னு தனித்தனியா தட்சம்னு, ஆம்பள புள்ளிங்களப் பெத்தா சஞ்சிதான ஆவணும். எப்பிடியோ எல்லாத்தையும் முடிச்சா. கடனல்லாம் தீந்துடுச்சி.

பேரம் பேத்திங்க வளந்து கல்யாணத்துக்கு வந்துட்டாங்க. இப்பவும் அவ வேல செய்யறது நிக்கல. பொழு தன்னிக்கும் எதாவது செஞ்சிகிட்டே இருப்பா. சின்ன பேத்திக்கு ரேணுகா ஈஸ்வரின்னு ஆத்தா பேர வச்சது அவ தான்.

ரேணுகா கல்யாணத்தப் பத்தி வீட்டுல நடக்குற சண்டயில மருமக சீட்டை பக்கந்தான் பேசறா குப்பு.

பீமன் அவன் கூட கட்ட வெட்டற நாசா மலை வேங்கப் புலியானுக்கு குடுக்கலாம்னு நெனக்கறான். அதுமாமியாளுக்கும்,

மருமவளுக்கும் புடிக்கல. அம்மாந்தொலவு ரேணுகாவ அனுப்பாத இங்க பக்கத்துலயே கோமட்டேரி, மஞ்சானூரு, சாரா மரத்தூருன்னு குடுக்கணும்னு நெனைக்கறாங்க. இந்த சண்டையில எல்லாரும் ரேணுகாவத் திட்டறாங்க.

ரேணுகாவுக்கு குப்பாசா மடியில படுத்துக்க எப்பவும் பிடிக்கும். இன்னிக்கு அவ மனசு இருக்கற இருப்புல அப்புடியே ஆசா மடியில கவுந்துக்கறா. கண்ணு கலங்குது. குப்பாயாவுக்கு மனசு அழுவுது. அவளும் இந்த வயசெல்லாம் தாண்டி வந்தவதான. பேத்தியா முதுகுல தட்டுறா. தன் கல்யாணத்த பத்தி அப்பனும், அம்மையும் சண்ட போடறாங்கன்னு பேத்தி அழறான்னு நெனைக்கறா.

''மனா அழுவாத. நீ அழுந்தா எனுக்கும் அழுத்து வரும். அப்பன். அம்ம வையறதுக்குப் போயி மனசுல ரோசிக்கலாமா? உங்கப்பனுக்கு உம்மேல ஆச. அதான் எதனாச்சும் சொல்லுவான்.

நெலா ஒறங்கும் நாளுனிலே

நெலயா வந்த ராசா

மண்ணு ஒறங்கையிலே

மானு போல வந்த ராசா

தண்ணி ஒறங்கையில

தனியாத் தான் வந்த ராசா

மனசு ஒறங்கையில

மானத்தோட வந்துடு

''அவளத் தட்டிக்கிட்டே ராகமா பாடறா. ''உங்க சீயன் குப்பாயன் இருந்தானே பதனோரு வயசுல என்ன கொயிலாண்டூர் திர்நாவுல பொண்ணு தூக்கினு வந்தான். அப்ப எனுக்கு என்னுந் தெரியாது.

ரவைக்கெல்லாம் புலியாங்கொட்டாயில வச்சிகினு ஈர்ந்துட்டு , மக்யாநா அந்திரிக்கா எட்டிக் காட்டு வழியிலயே இட்டாந்தான். அழுந்துக்கினே வந்தேன். காலெல்லாம் முள்ளு ஏறிக்கினு ரத்தம் கொட்டுது. இங்க வந்தா எங்க அய்த்தையும், மாமனும் வையராங்க. ஆரத்திக்கா ஒருவரிசம் ஆச்சு, உங்க பெரியாப்பன் முத்தாப்பன் எம்பெரியபுள்ள பொறந்த பின்னால தான் கெல்யாணம் வசாங்க. எங்கப்பனுக்கு பொண்ணு சீரு குடுக்கறதுக்கு நாங்கரண்டு பேரும் கட்டட வேலைக்குப் போயிதுட்டு சம்பாரிச்சம். அப்பறமாத்தான் முகூர்த்தம் வசாங்க.

''ஆசா எங்கூட படிக்கற கீள் நாட்டாரெல்லாம் கிண்டல் பண்றாங்க. நம்ப ஜாதியில நடக்கற பொண்ணு தூக்கறதும், புள்ள பெத்த பின்னாடி கல்யாணம் வக்கறதும் அவுங்களுக்கல்லாம் கசாரமாக்கீது. எங்க காலேஜ் வாத்திச்சி கூட எங்கட்ட கேக்கறா. என்ன ரேணுகா உங்க ஊர்ல வயசுக்கு வந்துட்டா பொண்ணுங்கள யார் வேணும்னா தூக்கிட்டு போயி கட்டிக்கலாமான்னு''

''அடிப்போடி அவுளுங்களுக்கு இன்னா தெரியும் நம்பளப்பத்தி. அவங்க நாட்டுல அல்லாம் பொட்டப்புள்ளிய கட்டிகுடுக்க பெத்தவங்க சீர் செய்யணுமாம். வங்களூருக்கு காபி தோட்டத்துல ஆள்த் தனம் செய்யப் போன உசாளும், கோயிந்தனும் கத கதயா சொன்னாங்க. அடியே அது இன்னாடி நாயம்? பொட்ட புள்ளிங்க ரச்சுமி இல்லயா. வெங்கட்டாம்மா தாயிஇல்லியா? கட்டிக் கறவந்தானடீ பொண்ணு சீரு குடுக்கணும். அது கூட அந்த கீள் நாட்டாரு நாம்பளாட்டம் கொஞ்சமா சீர் குடுக்கறதல்லயாம். பொடவ, நக, பாத்தரம், அம்மிக்கல்லு, ஆட்டொரலுல இருந்து சோறு துன்னற தட்டம் வரிக்கும் மாப்ளக்கு தாரணுமாம். அது போக தாலி கட்டறதுக்கு மின்னால நோட்டு நோட்டா பணங்குடுக்கணுமாம். அது இன்னாடி அசிங்கம்.''

நாம்ப கும்படற ஏளு மலையானே கடன் வாங்கி பொண்ணுக்கு வரிச வச்சி தான ஆத்தாளக் கட்டனாரு. ஆம்பளன்னா பொண்ண வசிகாப்பாத்த தெரியணும். அவ கொணாற துட்டுல சாப்படறவன் இன்னாடி ஆம்பள?

பொண்ணு தூக்கறதுல இன்னாதப்பு? அந்த பொண்ணு சொல்லித் தான் நெறய பையனுங்க தூக்கறதே. ஆருக்கு ஆரப்புடிச்சிருக்கோ அவுங்ககூடத்தான் வாழ முடியும். கட்டிக்கப் போறவங்க இஷ்டப்பட்டாதான் கல்யாணம். இவுங்க நாட்டுல பொண்ணு பாக்கறன்னு புள்ளயோட ஆத்தாவும், கெளுவிங்களும் வந்து பொண்ணப் பாத்து பாடு, ஆடுன்னு மாட்ட சந்தயில வேங்கற மாதிரி பண்ணு வாங்களாமே அதுவா சரி?

பொண்ணுக்கும், பையனுக்கும் மனசுக்குப் புடிச்சா கட்டிக்குவாங்க. அதுதான் நம்ப மலநாட்டாரு வழக்கம். கொஞ்ச நாளு ஒண்ணா ஈர்ந்து பாத்துட்டு புடிச்சா கட்டிக்குவாங்க. அதனால தான் கல்யாணத்த அப்பறம் வக்கறது. புடிக்கலன்னா தனித்தனியா பூடுவாங்க.

நம்ப ஊர்ல ஒரத்தனப் புடிக்கலன்னா பஞ்சாயத்துல தண்ணி போட்டு பிரிச்சி உட்ருவாங்க. அப்பறம் அவுங்க வேற யாரையாச்சும் புடிச்சா கட்டிக்குவாங்க. ஆம்பள பொம்பள அல்லாத்துக்கும் ஒரே சட்டந்தான். நீ சின்னப் புள்ள மனா உனுக்குத் தெரியாது... ரேணுகாத் தலையத் தடவிக்கிட்டே பேசறா குப்பாயா.

ரேணுகாவும் ஆசா சொல்ற கதைய ஆர்வமாக் கேக்கறா. அவளுக்கும் ஆயா சொல்ற ஞாயமெல்லாம் புரியுது.

"நம்ப ஊரு பள்ளிக் கோடத்துல புகனாஸ்பரின்னு ஒரு வாத்திச்சி வேல செய்யுதே உனுக்குத் தெரியுமா?

''தெரியும். ஆரணில இருந்து வந்துருக்கு''

''அக்காங்,.. அவதான். நல்ல சேப்பா என்னா அந்துசாகீது. பாப்பார ஜாதியாம். பதானாறு வயிசுல கண்ணாலங்கட்டி, ஆறு மாசத்துல புரசன் ஜன்னியில சத்துட்டானாம். அப்பாறத்திக்கா அவுங்கய்யன் வாத்திச்சி வேலைக்கி படிக்க வச்சிருக்கு. இப்ப இங்க வந்து வேல சய்யுது. அவுங்க அய்த்த ஒண்ணு, அதுவும் அறுத்ததுதான் கூட வந்து ஆக்கிப் போட்டுனு இருக்குது. இப்ப அதுக்கு இரவத்தெட்டு வயசாகுது. சாவற மட்டும் அந்தப் பொண்ணு இப்பிடியே இருக்கணுமாம். அவுங்க அய்த்த வந்து பேசிக்கினு இருக்கும். அது சொல்லிச்சி.

வேற கெல்யாணம்லாம் அவுங்க ஜாதியில பண்ண மாட்டாங்களாம். ஆனாக்க இதெல்லாம் பொம்பளக்கி மட்டுந்தான். ஆம்பளங்க பொண்டாட்டி சத்ததும் எத்தன முற வோணும்னாலும் கல்யாணம் பண்ணுவாங்களாம். இதெல்லாம் எந்த ஊரு நாயம்? சத்துப் போனவன் மொகங்கூட அந்தப் பொண்ணுக்கு ஞாபகம் இருக்காது. அவன நெனச்சிகினு காலமெல்லாம் இந்தப் பொண்ணு பூ வைக்காத பொட்டு வைக்காத நல்லா சாப்படாத இருக்கறதல்லாம் எந்தக் கொடுமையில சேரும்?

ஆனாக்க நம்ப மலை ஜாதியில இப்பிடியெல்லாம் அநியாயம் இல்லவே இல்ல. புருசன் செத்தா அந்தப் பொண்ணு ஆசப்பட்டா வேற கல்யாணம் பண்ணலாம். புள்ளிங்க இருந்தா கூடத்தான் கட்டிக்கறாங்க. ஒருத்தற புடிக்கலன்னா தண்ணி போட்டு அறுத்து உட்டுட்டு வேற கட்டிக்கறாங்க, இதப்பத்தியெல்லாம் கீழ் நாட்டாருங்களுக்குத் தெரியலயா? அவுங்க தான் பொம்பளய அசிங்கப்படத்தறாங்க. நாம்ப இல்ல. நாம்ப ஆத்தாளகும் படறவங்க, அதனால பொம்பளங்கள என்னிக்கும் எளப்பமா

நெனைக்கமாட்டோம்''. பொட்ட புள்ளிங்கள ஆசயாப் பாத்துக்கற ஜனத்ததான் நம்ப ரேணுகாம்பாதாயி என்னிக்கும் காப்பாத்துவா. நீ அளுவாத மனா. உன் இஷ்டமில்லாத கெல்யாணம் உங்கப்பன் பண்ணமாட்டான். நான் இருக்கறன்.''

ஆசாவின் மடியில் கவுந்துக்கறா.

காற்றின் வேகம் வேட்டியைப் பிடித்திழுக்கிறது.ஊ ஊ ஊ ரும்,.ரும்... மரக்கிளைகளிலும் மூங்கில்களிலும் நுழைந்து காற்று உண்டாக்கும் ஓசைகள் நெஞ்சில் அச்சத்தை உண்டு பண்ணுகின்றன.பீமனும் சுகுமாரும் மண்ணாத்தங்கரை வாராவதியில் அமர்ந்திருக்கிரார்கள். மரங்களும் செடிகளும் தலைவிரி கோலமாய் ஆடுகின்றன. தூங்கு மூஞ்சி மரக்காய்கள் சட சடவென விழுகின்றன.புழுதி பறந்து அவர்கள் கண்களை நிறைக்கிறது.

பீமா ஆராயிரம் குடு போதும் .லாரி ஓடனா அல்லாம் உனுக்கு லாபந்தான்.

மொலியார் சொன்னா சரிதான்.போலீசு,பாரஷ்டுகாரங்க கண்டுக்கினே கீறாங்க.

அவங்கள கெவனிக்க உனுக்குத் தெரியாதா.நீ நாளைக்கு எங்கூட திரப்பத்தூர்ல வண்டியப்பாரு.அதுக்கப்பால அந்த வண்டியிலயே லோடு ஒசூருக்கு மெட்ராசுக்கு அனுப்பலாம்.

அந்த வருடம் மழைக்காலம் ஆவணியிலேயே தொடங்கி விட்டது.நாற்பத்தைந்து நாட்கள் வெளிச்சமே இல்லாத மழை.மரங்களும் புதர்களும் மழைநீரிலேயே ஊற வைத்தது போலாகி விட்டன.சேறும் நீரும் கலந்த நெடி....மண்ணாற்றில் செந்நிறத் தண்ணீர் சுழித்து பொங்குகிறது.மரங்களையும் கிளைகளையும் மலையின் மீதிருந்து பெயர்த்து வருகிறது.

ஏரியின் மதகுகளெங்கும் மரக்கிளைகள். மறுகரை நிறைந்து ஓடுகிறது. தண்ணீர்ப் பாம்புகளும் தவளைகளும் வெள்ளத்துடன் தலைதூக்கிச் செல்கின்றன. நீர்க்கோழிகளும் மடையான்களும் நீந்திச்செல்கின்றன.

இரவுகளில் வீடுகளுக்குள் ஒடுங்கியிருந்தவர்கள் மழையின் வீரியத்தை இரவு முழுவதும் கேட்கின்றனர். தவளைகளின் க்ராக்...க்ராக்...என்ற ஓசைகளும், சில்வண்டுகளின் கிளீச்சென்று விட்டு விட்டு கேட்கும் ஒலிகளும் பறவைகளின் சிறகசைப்புகளும் காட்டு விலங்குகளின் விநோத ஒலிகளும் நீர் தொடர்ந்து மண்ணில் விழும் சத்தங்களும் இணைந்து இரவுகளின் அச்சத்தைப் பெருக்குகின்றன.

மழைவெறித்த நாளில் ஏரிநீர் கரைதாண்டி ஓடுவதைப் பார்க்க ஊரே வருகிறது. செம்மண்ணும் செடிகளும் வேர்களும் இணைந்த மண்மணம்... சூரிய ஒளியில் சின்ன மீன்கள் துள்ளும்போது வண்ணங்கள் சிதறுகின்றன.

மழை நின்ற காட்டில் நீராவி எழுகிறது. அகன்ற செழித்த இலைகள் உயர்ந்த புற்கள் மரங்களில் படர்ந்த கொடிகள் எல்லாம் சூரிய வெம்மையில் அசைகின்றன. புழுக்களும் வண்டுகளும் எங்கும் நிறைந்து ஊர்கின்றன. பின்னிப் படர்ந்த செடிகளை வெட்டிக் கொண்டே மண்ணாற்றின் கரையை ஒட்டி நடக்கிறார்கள் பீமனும் பூச்சியும். மரங்களை அடையாளம் வைத்துக்கொண்டே செல்கின்றனர்.

மண்ணாற்றின் அணை நிறைந்து தளும்புகிறது. நீரின் குதியாட்டம் அலைகளில் தெரிகிறது. நீர் சிலந்திகளும் பூச்சிகளும் மிதக்கின்றன. காபி பொடி நிறமும் வெண்மையும் கலந்த வண்ணப் பட்டாம் பூச்சிகள் நூற்றுக் கணக்கில் திரிகின்றன. கொத்து கொத்தாய் அவை செடிகளிலும் புற்களிலும் அமர்ந்து சிறகசைப்பது கனவு

போலிருக்கிறது.இலைகளில் சிறிய பசும்புழுக்கள்.மெத்து மெத்தென்ற உடல் சுருங்கிச் செல்கிறது. சிறிய கண்கள் கொம்புகள் போல முன்தலையில்.

உயர்ந்து படர்ந்திருந்த எட்டி மரங்களை அண்ணாந்து பார்க்கிறார்கள்.கொடிகள் தொங்குகின்றன.இதய வடிவ இலைகளுடன்சுருள்சுருளான பற்றுக் கொடிகள்.மரங்களில் படர்ந்த பசும்பாசியின் பச்சை மணம்.கலங்கிய சேறும் அழுகிய இலைகளும் உண்டாக்கும் நெடி.மலர்ந்திருந்த காட்டுப்பூக்களின் மணமென்று காட்டின்வாசம் கமழ்கிறது.

புதர்களில் அசைவுகள்.,.அணையின் மறுமுனையில் குச்சிகள் அசைகின்றன.காளியும் பூச்சியும் எச்சரிக்கையாய் பார்க்கிறார்கள்.ஒரு பெரிய புள்ளி மானும் குட்டியும்...பொன்மஞ்சள் உடலில் வெண்மையும் கருமையுமான புள்ளிகள்.மரக்கிளை போல கொம்புகள்.இரண்டும் அணையின் சிமெண்ட் தரையில் நின்று நீரருந்துகின்றன.பார்த்துக்கொண்டேயிருக்கையில் புதர்களில் மறைகின்றன.

மழ பேஞ்சி கூட இங்கதான் வந்து தண்ணி குடிக்குதுங்க பாருடா.

என் மாமஞ்சொல்லும் இந்த எடத்துல தான் மானும், காட்டெருமையும் தண்ணி குடிக்கும்னு.டேம் கட்டனா கூட அதுங்க எடத்த தேடி, வருதுங்க.

ஆமா ...வா சீக்கிரம் போலாம்.இருட்டிகினா எறங்க மிடியாது.இந்தப் பக்கம் யாரும் வரக்கூட மாட்டாங்க.ஆள் நொழையாத காடு இது...இரண்டுபேரும் இறங்குகிறார்கள்.

அடர்த்தியாய் வளர்ந்திருந்த செம்பருத்தம் புதர்கள் வேகமாய் அசைகின்றன. வானம் இருள்கிறது. காற்றின் வேகத்தில் தூசி

எழுகிறது. இலைச் சருகுகள் சுருண்டு ஓடுகின்றன. மரங்கள் காற்றின் வலுவைத் தாங்காமல் வளைந்து ஆடுகின்றன. தூரத்தில் பச்சமலை இருண்டிருப்பது தெரிகிறது. மண் வாசம் காற்றில் பரவுகிறது. யூகலிப்டஸ் இலைகளின் வாசனை மழைத் துளிகளுடன் இணைந்து இதமாய் சூழ்கிறது. புங்க மரத்தின் அடியில் நின்றுகொண்டிருக்கிறாள். இழுத்துப் போர்த்தியிருக்கும் அவள் சிற்றாடையைக் காற்று பிடித்து இழுக்கிறது. என்ன இவர இன்னும் காணோம்? கால்களை மாற்றி மாற்றி நிற்கிறாள். காற்று இன்னும் வலுப்பெறுகிறது. மரங்கள் ஆடுவது இன்னும் அதிகமாகிறது. வேகமாய் சில பறவைகள் கடக்கின்றன.

மழை அதிகமாகிறது. சுத்தியும் யாருமே இல்லை. இந்த மழையில எப்படி போறது என்று பயப்படுகிறாள். தூரத்தில் அலெக்ஸ் நடந்து வருவது தெரிகிறது. மழையில் முழுவதும் நனைந்து வருகிறான்.

சீக்கிரம் வா ரேணு. அச்சன் வண்டியில வெயிட் பண்றார். அவள் கைகளைப் பற்றிக்கொண்டு வேகமாக நடக்கிறான். ரேணுவிற்கு மூச்சு வாங்குகிறது. இருவரும் வேகமாய் நடந்து மாதா கோயில் பின்புறம் உள்ள பாதைக்கு செல்கிறார்கள். அங்கு ஜீப் ஒன்று நின்றுகொண்டிருக்கிறது. இரண்டு பேரும் ஏறிஅமர்கிறார்கள். மழை இருட்டில் ஜீப் சென்று மறைகிறது. அவளுக்கு நெஞ்சு துடிக்கிறது. அவன் கையை இறுக்கமாக கட்டிக் கொள்கிறாள். மறுநாள் விடியலில் ஜீப் கேரள எல்லைக்குள் அலெக்ஸின் எஸ்டேட்டுக்குள் நுழைகிறது. அப்புதிய மண்ணை காலை இளவெயிலில் அச்சத்துடன் பார்க்கிறாள் ரேணுகா.

புங்கன்

கோடையின் வெம்மையில் புங்க மரத்தடியில் படுத்திருக்கிறார்கள் பீமனும் பூச்சியும்.மேலிருந்து ஊதா வண்ண மலர்கள் விழுகின்றன. பசும் இலைகளும்,மாவடுக்கள் போன்ற பட்டைக் காய்களும் குளிர்ச்சியைத் தருகின்றன.

''உடுண்ணா அது வயிசு அதுமாறி.கொஞ்ச நாள்ல மனசு சரியா பூடும் .நாம்ம கும்படற காளியாத்தா பாத்துக்குவா.''

''இல்லடா பூச்சி. அத்த மட்டுந்தான் நான் தூக்கி வளத்தன்.அல்லா புள்ளிங்களயும் அடிச்சிக்கறேன்.அத்த மட்டும் வய கூட மாட்டண்டா. ஊட்டுக்கு செல்ல புள்ள. இப்புடி பூடுச்சே. நாசாமல கணிகாரு மவன் வேங்கப்புலியானுக்கு குடுக்கலாம்னு மனசுல வச்சினு இருந்தேன். நாதாறித் தேவடியாப்பசங்க. அந்த சாமியாரு ஆண்டனிதாச வெட்டணும்னு நெனச்சேன்... பீமக்கவுண்டன் கோபத்தில் துடிக்கிறான்.

ஏரி முழுவதும் வறண்டு பெரிய பெரிய பாளங்களாய் வெடித்திருந்தது. கிழவிகள் பள்ளங்களில் புளிய மரநிழல் விழுமிடங்களில் பொன்னாங்கன்னி எகிரி பறித்துக் கொண்டிருந்தார்கள். மாடுகள் நிழலற்று நின்றிருந்தன. மாட்டுக்காரப் பையன்கள் புளிய மரங்களில் ஆடிக் கொண்டிருந்தார்கள். மத்தியான வேளையின் அனல் தூரத்திலிருந்த கற்கள் மீது ஒளிர்கிறது.

ஏரியின் இடப்புறமிருந்து லேசான கரும்புகை எழுகிறது.

‘‘ஐயோ எம்மா நெருப்பு!!! அவர்கள் உணர்வதற்குள் தீ பரவுகிறது.காய்ந்த கரும்புக்கொல்லையில் பற்றிய நெருப்பு ஊரெங்கும் பரவுகிறது.வீடுகளிலிருந்து எந்தப் பொருளையும் எடுக்க முடியாமல் ஓடி வருகின்றனர்.

அணைக்க முடியாதபடி நான்கு பனை உயரத்திற்கு ஜுவாலைகள் எழுகின்றன.பீமன் ஏரிக்கரை பாறை மீதிருந்து பார்க்கிறான். மஞ்சளும் சிவப்புமாய் எரியும் தீ நாக்குகள் ,கரும்புகை....காற்றில் ஆளுயரத் தீப்பிழம்புகள் அசைவது அவன் கண்களில் எதிரொளிக்கிறது.பச்சை மரங்களும்,மஞ்சம்புல்லும் எரியும் கருகிய மணம்.

எங்கும் புகை மண்டுகிறது.மாலை நேரம் ஆக ஆக தீ இன்னும் உக்கிரமடைகிறது.மண்பானைகள் வெடிக்கும் சத்தங்கள். மூங்கில் உத்திரங்கள் வெடித்துச் சிதறுகின்றன.

கிழவிகளும்,பெண்களும் ஓலமிடும் ஓசை.மனித முயற்சிகள் எதுவும் அக்னித் தேவனின் முன் எடுபடவில்லை.வேடிக்கைப் பார்க்கத்தான் அவர்களால் முடிந்தது.

இருள் கவிந்ததும் ஊர் எரிவது இன்னும் தெளிவாய்த் தெரிகிறது.தீ எரியும் வெம்மை எங்கும் பரவுகிறது.முழுமையாய் ஒரு இடத்தையும் விடாமல் அக்னித் தன் நாவால் துடைத்து விட்டது.நூற்றுக்கும் அதிகமான குடிசைகள்,வேதக் கோயில், கரும்புத்தோட்டம், சாமைக் கொல்லைகள் ,அந்த எளிய மக்களின் அத்தனை ஆண்டு சேமிப்புகள் ,வேப்ப மரங்கள்,தென்னைகள் எல்லாமே முழுமையாய் மறைந்துவிட்டன.

இரவு முழுவதும் எரிந்த தீ கொஞ்சங்கொஞ்சமாய் அடங்கியது.அன்றிரவு பீமனின் வீட்டிலிருந்து யார் யாருக்குத் தர

முடியுமோ அவ்வளவு பேருக்கும் கூழும், கஞ்சியும் பாலும் சீட்டை தந்து கொண்டே இருந்தாள்.அவர்கள் வீடிருந்த கிழக்குப் பக்கம் தீ பரவவில்லை.

கெண்டியும் சிவாஜியும் வெளிச்சம் வந்ததும் எரிந்த இடத்தைப் பார்க்கச் செல்கிறார்கள்.புகை நாற்றம்.தீயின் வெம்மை. மண்சுவர்களெங்கும் தீயெரிந்த கருமையின் அடையாளங்கள் புற்றுகள் போலத் தெரிகின்றன.எரிந்த துணிகள்,தாள்கள் பெட்டிகள், தீயில் கருகிய சட்டி பானைகள்.அலுமினியப் பாத்திரங்கள் உருகி உருக்குலைந்திருக்கின்றன.

மண்சுவர்களில் சில உலோக நாணயங்கள் உருகிக் கிடந்தன.

அக்னி அழித்தவற்றின் எச்சங்கள் பயத்தை உண்டாக்கின.ஊரின் நடுவிலிருந்த வேம்பும் நாவல் மரமும் கரிக்குவியல்களாய் நிற்கின்றன.கிழவிகள் புலம்புகிறார்கள்.

மலைமேல் போகும் ஒத்தையடிப் பாதையில் தலையில் சிமெண்ட் மூட்டைகளுடன் அவர்கள் ஏறுகிறார்கள்.

''கெண்டி இன்னாடா பொண்ணு நட நடக்கற.

''அடிங்கோத்தா நீ தூக்கினு நட தெரியும் .மேஸ்திரி எதனா சொன்ன,பாதியிலயேபோட்டுட்டுபூடுவேன்.களுத்தாமட்ட நோவுதுடா...''

மண்ணாற்றில் இன்னொரு செக்டேம் கட்டும் வேலை தொடங்கியிருக்கிறார்கள்.சுகுமார் மொலியார் தான் காண்ட்ராக்டர்.

சிமெண்ட் மணல் கலந்து நீர் ஊற்றும் போது உருவாகும் குமிழ்களைப் பார்க்கிறான் கெண்டி.பெரிய கருங்கற்களைத் தூக்கி வைக்கிறான்.மேஸ்திரி சிமெண்ட் கலவையை அரச இலை போன்ற கொல்றுவில் எடுத்துப் பூசுவதைப் பார்க்க ரசமாக இருக்கிறது.அதன் மீது மேலும் கற்களை அடுக்குகிறார்கள்.

இங்க டேம்கட்டனா ஏரிக்குத் தண்ணீகரீட்டா தொறந்து உடலாம்.

ஆமா, ஊரே எரிஞ்சி போச்சி.ஏரில தண்ணி உட்டு இன்னாத்த.... சித்தாள் வேலை செய்யும் ரச்சுமி அலுத்துக் கொள்கிறாள்.

''ஏ குட்டி உங்க ஊடல்லாம் கட்டிட்டீங்களா. பீமன் அல்லாருக்கும் வட்டிக்கித் தரானாமே.வூடு கட்றத்துக்கு கட்டயல்லாம் அவந்தான் சப்ள பண்றானேமே.அல்லாத்துலயும் அவுனுக்குத்தான் லாபம்...கெண்டி சொல்றான்.

பிற்பகலில் மரத்தடிகளில் குந்திச் சாப்பிடுகிறார்கள்.நரைத்த தாடியைத் தடவியவாறு இருமுகிறான் கெண்டிக்கிழவன். இடுப்பிலிருந்து காகிதப் பொட்டலத்தையும்,குழலொன்றையும் எடுக்கிறான்.

சீயா இது நல்லாக் கீதா...சிவாஜி கேட்கிறான்.

காகிதப்பொட்டலத்தைப் பிரித்துக் காய்ந்த கஞ்சா இலைத்துகள்களை எடுக்கிறான்.இடது உள்ளங்கையில் வைத்து, வலது கட்டை விரலால் கசக்குகிறான்.மண் குழலில் சிறிய கல்லைப் போட்டு தூளை நிரப்புகிறான் .அனுமனும் சிவாஜியும் அவன் செய்வதை ஈர்ப்புடன் பார்க்கின்றனர்.சிறிய துணியை சிலும்பியின் பின்புறம் மூடிப் பற்ற வைத்து இழுக்கிறான்.அவ்விடமெங்கும் கஞ்சா புகை பரவி மணங்கமழுகிறது.சிலும்பியில் கனன்ற தீயின் செம்மை அவன் கண்களில் ஜொலிக்கிறது.

''மனா பீமன்தான் ஊரக் கொளுத்துனான்னு சொல்றாங்க. அவம் பொண்ணு ரேணகா வேதக்கொயிலு பாதரு தம்பியக் கட்டிக்கினு கேரளாவுக்கு பூட்டான்னு வஞ்சம் வச்சி அந்தக்கொயிலு தோட்டத்துக்குப் பத்த வெச்ச நெருப்புதான் ஊரையே துண்ணுடிச்சி. '' கெண்டி சொல்லவும் அவர்கள் எல்லாரும் அதிர்ந்து போகிறார்கள்.

மெய்யாவா.தாயே இது இன்னாடி கசாரமாக்கீது.. சின்னு கேட்கிறாள்.

ஆருக்குத் தெரியும்...அப்டின்னு பேசிக்கறாங்க. அவஞ்செய்வான். அப்டியாப் பட்ட ஆளுதான்..

ஆடி மாதத்தில் கூழ் வார்த்தல் இந்த முறை யாருக்கும் மகிழ்ச்சியாக இல்லை.ஊரே எரிந்து போனதால் யாரிடமும் பணமில்லை.பீமனே முன்னெடுத்து செய்கிறான்.கூட்டமே இல்லை.வேதக்கோயில் சாமியார் வூடு கட்டித்தராரென்று வெள்ளச்சி,திருமல அல்லாரும் குடும்பத்தோட அங்க போயி சேந்துக்கனாங்க.பீமன் இன்னும் வஞ்சம் கொள்கிறான்.,

ஊரின் மறு எல்லையில் சீமை வாகை மரங்களடர்ந்திருந்த இடம் ஆடு மேய்ப்பவர்கள் இளைப்பாற இருக்கிறது.வாகை மரங்களின் கருத்த தண்டுகளும் அடர்பச்சை இலைகளும்அவ்விடத்தையே இருளாக்குகின்றன.நாளடைவில் பையன்கள் விளையாடுமிடமாய் ஆகிறது. முப்பதுக்கும் மேற்பட்ட வாகை மரங்கள் செழித்து மஞ்சள் நிற மொட்டுகளும் கொத்து கொத்தான பூக்களுமாய் நிற்கின்றன. வாகை மரங்களின் பச்சைக் காய்கள் உரசும் வாசம் அவ்விடத்தை நிறைக்கிறது.காய்ந்த காய்கள் சிலிம் சிலிம் என்று காற்றில் ஓசை எழுப்புகின்றன.பட்டப் பகல்களில் கூட குளிர்ச்சியும் நிழலுமான அவ்விடம் கோடையில் பிள்ளைகளால் நிரம்புகிறது. கிழவர்களும் நிர்விசாரமாய்த் திரிபவர்களும் வந்து படுக்குமிடமாய் மாறுகிறது.கால்தடங்களால் மண் சமதளமாகிறது. ஆடு மேய்ப்பவர்களும் பிள்ளைகளும் தாயக்கட்டங்களும்,கோலி விளையாடக் குழிகளும் தோண்டி வைத்திருந்தார்கள்.

வாகை மரத்தோப்பில் பெரிய இலுப்பை மரமொன்று காட்டோடையை ஒட்டி நிற்கிறது.ஐந்து விரல்கள் இணைந்தது போன்ற இலுப்பை மர இலைகள் அடர்ந்து செழித்துள்ளன.மாசி

பங்குனி மாதங்களில் முத்துகளைக்கோர்த்து விட்டாற் போல மரமெங்கும் குமிழ் குமிழாய் இலுப்பைப் பூக்கள்.பூக்களின் காட்டமான நெடி அவ்வெளியெங்கும் பரவுகிறது.ஓடைக்கு குளிக்க வரும் ஒட்டர் பெண்கள் சோப்புகளை மறைத்து வைக்கிறார்கள்.ஒரு இலுப்பைப் பூ சோப்பிலே விழுந்தாலும் அந்த சோப்பையேத் தூக்கி வீச வேண்டியது தான்.அப்பூக்களின் நெடி அப்படி.

இலுப்பை மரத்தைத் தாண்டி மேட்டில் வேப்பமரமொன்று நிற்கிறது.பெரிய மரம்.அடிமரம் புளியமரம் போல பருத்திருக்கிறது. வேப்பம்பூ காலங்களில் வெளிறிய பூக்கள் எங்கும் சிதறி காற்றில் கசப்பு மணத்தை உருவாக்கும்.ஒருநாள் செங்கலறுக்கப் போன ராசு ஓடிவந்து இலுப்பைக் காட்டில் சொல்லுகிறான்'

வேப்பமரத்துல பாலு வடியுது'

அப்பெரிய மரத்தின் நடுவிலிருந்து வெண்ணிற திரவம் நுரைத்துப் பொங்கி கசிகிறது.விழுந்து கும்பிடுகிறார்கள்.மரத்திற்கு மஞ்சளும் குங்குமமும் தீட்டி செம்பட் டொன்றைக் கட்டுகிறார்கள். எல்லா ஊர்களிலிருந்தும் பால்வடிவதை வந்துப் பார்க்கிறார்கள். இயற்கையாக மரத்தின் சுழற்சியில் வடியும் திரவமே அது என்று சொல்ல அங்கு எவருமில்லை.சொன்னாலும் அவர்கள் ஏற்றுக் கொள்ளும் மனநிலையிலில்லை.இத்தகைய நம்பிக்கைகள் தானே மனித குலத்தை வாழ வைக்கின்றன.

அவ்விடத்தில் வேம்பு மாரியம்மன் உருவாகிறாள்.அவளுக்கு கூழ்வார்த்தலும்.பொங்கலிடுவதும் தீ மிதித்தலும் பெரும் விழாக்களாகி கோவில் உருவாகிறது.ஊர் களைகட்டுகிறது.

எல்லாவற்றையும் தன் மாறாப் புன்னகையுடன் பார்த்துக் கொண்டே அமர்ந்திருக்கிறாள் ரேணுகாம்பாள்

பெரிய ஆண்டிக் கவுண்டன், கம்சலா, லக்ஷ்மணக் கவுண்டன், பாப்பாத்தி இவர்களின் பேத்தி பீமக்கவண்டன், சீட்டை ஆகியோரின் மகள் ரேணுகா ஈஸ்வரி... . பிதாகுமாரன் பரிசுத்த ஆவியின் பெயரால் ஞானஸ்தானம் கொடுக்கப்பட்டு கிரேஸ் ரேணுகா என்று பெயரிடப்படுகிறாள். கல்லில் செதுக்கப்பட்ட அன்னையின் உருவத்திடமிருந்து, முள் முடிசூட்டப்பட்டு, மரச்சிலுவையில் அறையப்பட்ட தந்தையின் உருவத்திடம் செல்கிறாள். அவள் உண்டாக்கிய பெயரால் மலை மக்கள் பெண் குழந்தைகளை பள்ளிக்கும், கல்லூரிக்கும் படிக்க அனுப்ப மறுக்கின்றனர்.

அயனி

கிரேஸ்... உன்னஎவ்ளோ நேரம் கூப்படறது? கேக்கலயா?

"நீங்க என்ன ரேணுன்னே கூப்புடுங்க. இந்த பேரெல்லாம் எனக்கு என்னமோ மாதிரி இருக்கு. யாரையோ கூப்படறீங்கன்னு நெனச்சுட்டேன்.

அநேகமா எனக்கும் அவருக்கும் வந்த முதல் மனக் குழப்பம் இந்த பேராலத் தான்னு நெனைக்கிறேன். நான் எங்க ஊரவிட்டு வந்து இருபது நாளாச்சு. எனக்கு எல்லாமே புதுசா இருக்கு. மனசு பயத்துல துடிச்சி கிட்டே இருக்கு. அலெக்ஸ் கூட இருக்கறப்ப மட்டுந்தான் சாதாரணமா இருக்கேன். இவரோட அம்மாவப் பாத்தாலே பயம் வருது. வெள்ள ஜாம்பரும் சின்ன கரை வெச்ச பட்டுச்சேலையும் கட்டிக்கிட்டு கண்ணாடி போட்டு அவங்க பாக்கறதே எனக்கு பயம்மா இருக்கு.

அலெக்ஸ் என்ன வீட்டுல விட்டுட்டு அடிக்கடி எஸ்டேட்டுக்கும், டவுனுக்கும் போயிடறார். இந்த வீட்டுல இருக்கற ஆட்கள் பாதி பேர எனக்கு அடையாளமே தெரியல. அவங்க பேசறதும் புரியல.

"கொச்சு ஏமானியம்மேன்னு அவங்க சொல்றது என்னைத்தான்னு இவர் சொல்லித்தான் எனக்குத் தெரியுது. சமையல் செய்யற மேரியம்மை கொண்டு வந்து கொடுத்த எதையும் சாப்பிடவே முடியல. காலையில செகப்பா புட்டுன்னு கொணாந்து குடுத்தா. அரிசி மாவ வேடு கட்டி அதுல பழத்தையும்,

வெல்லத்தையும் பெணஞ்சு, பச்சப் பயறப் போட்டு தேங்காத்துருவல சேத்து கலந்து குடுத்தா. ஒரு வாயி எனக்கு உள்ள போகல. மத்தியானத்தலயும் சோறும் மீன் கொழம்பும். சோறெல்லாம் செகப்பா கொட்ட கொட்டயா இருக்கு .மீன் கொழம்பு முழுக்க தேங்காயா இருக்கு. காரமே இல்ல. பச்ச பச்சயா எல மெதக்குது. எனக்கு அழுகையா வருது. காலையில போன இவரை இன்னும் காணல. இருட்ட ஆரம்பிச்சுடுச்சி.

''மோளே அலெக்சு நாள வருவன்னு சொசப்பிண்டே பறஞ்ஞூ. அவிடபணியுண்டு. ஞீ வந்னு ஊணு களிச்சுட்டு இவிட ஒறங்கு'' அவரோட அம்மா வந்து எங்கிட்ட சொல்றாங்க. அவர் இப்ப வரமாட்டார்னு மட்டும் புரியுது.

இருட்டுல தூக்கம் வராம உக்காந்திருக்கேன். வெளியில என்னென்னமோ சத்தம் கேக்குது. குட்டப்பன்யான பாம்னு சத்தங்குடுக்குது. பூச்சிகள் சத்தம், தென்னை ஓலைங்க அசையிற சத்தம், காத்து ஓ ஓன்னு கலையிற சத்தம்னு எல்லாத்தையும் கேட்டுகிட்டே இருக்கேன். இங்க வந்ததுல இருந்து அலெக்ஸ் இல்லாம இருக்கற மொத டைம் இது தான். எனக்கு அழக் கூட முடியல. காலை வெளிச்சம் ஜன்னல் வழியா தெரியற வரைக்கும் இப்பிடியே உக்காந்துட்டு இருக்கேன்.

''அழாத ரேணு , ராத்ரியில இந்த வழியில வர முடியாது காட்டு ஆனை, காட்டெருது எல்லாம் வழி மறிக்கும். அதான். இனிமே நான் எஸ்டேட் போறப்ப நீயும் எங்கூட வந்துடு. நைட் முழுக்க தூங்காம இருந்தயா'' அவர் கேக்க கேக்க எனக்கு இன்னும் அழுகை முட்டிட்டு வருது. அப்பிடியே அவர் மேல சாஞ்சி அழறேன். என்னைச் சமாதனம்பண்ணி சாப்பிட வைக்கிறார்.

''அம்மு உனக்கு பிடிக்கலன்னா, நீ தனியா சமைச்சுக்கறயா? ''நான்

சாப்பிடறதுக்கு படற கஷ்டத்தப் பாத்துட்டு எனக்கு தனியா சமைச்சுக்க ஏற்பாடு பண்றார்.

இந்த வீடு ரொம்ப பெரிசு. வீடுன்னு சொல்ல முடியாது. பெரிய அரண்மனைதான். கிரேஸ்வில்லா'' ன்னு பேரு. இவரோட பாட்டி பேர். என் மாமியோட மாமியார் கிரேசம்மை பேரைத்தான் எனக்கும் வச்சிருக்காங்க.

நானும் இவரும் இருக்கற இந்த பெரிய அறையில பத்து பேரு தங்கலாம். கட்டிலெல்லாம பெரிசு பெரிசா அந்தக் காலத்துல செஞ்சது.

எங்க ரூமுக்குப் பின்னால உள்ள அகலமான நடையில ஒரு பக்கத்த ஒழிச்சு எனக்கு சமைக்கத் தராங்க. மேரியம்மை வந்து அடுப்பு, வெறகு பாத்ரங்களெல்லாம் வெக்கறா. ''ஏமானியம்மே இவிட எல்லாம் இரிக்கு. எதாச்சும் வோணு முன்னா ஓர் கொரல் விளிக்குந்நு'' சிரிச்சு கிட்டே சொல்றா. நல்ல பொம்பளதான். என் மேல அவளுக்கு ஏதோ ஒரு கரிசனை இருக்கு. அடுத்த நா என் மாமியார் வந்து மேரியம்மையோட மக மகிமோளக் கொணாந்து விடறாங்க. எனக்கு சமையல் வேலையில உதவி செய்ய. அவங்களுக்கு நான் இப்பிடி சமைக்கறது பிடிக்கல.

ஆனா இவர் வந்து எல்லாத்தையும் பாத்துட்டு உனக்கு வசதியா இருக்காடான்னு என்னை கேக்கறார். ரொம்ப ஆசையா இருந்தா என்னை இப்பிடி மலையாளத்துல எடோன்னு தான் கூப்படறார். நான் வெக்கப்பட்டுக்கிட்டே தலையாட்டுறேன்.

என்கிட்ட இவர் ரொம்ப ஆசையாத்தான் இருக்கறார். எப்பவும் பின்னாடியே திரிஞ்சுகிட்டு என்டே மலையத்தி, பொன்னு கறுப்பின்னு என்னை கொஞ்சிகிட்டு இவர் ஒரசிகிட்டே இருக்கது எனக்கும் நல்லா இருக்கு.

என்னை ட்ரிவேண்டரத்துக்கு அழைச்சுட்டு போறார். அந்த ஊரெல்லாம் பார்க்க எனக்கு ஆச்சரியமா இருக்கு. அகலமான ரோடுங்களும், அழகழகா செடிங்க வளர்த்த வரிசை வரிசையான வீடுங்களும், கலர் கலரான கார்களும். தலைக்கு மேல பறக்கற ஏரோப்ளேனுங்களும், தென்னை மரங்கள் நெறஞ்ச கடற்கரையும் அங்க இருக்க மனுஷங்களும், எல்லாத்துக்கும் மேல நான் இவர் கையப் பிடிச்சுகிட்டே சுத்தறதும். தெரிஞ்சவங்க யாருமே இல்லாத ஊருல இவர் என்ன அணைச்சுகிட்டே நடக்கறதும் எனக்கு சொர்க்கத்துல இருக்கற மாறிதான் இருக்கு. இவர் எனக்காக பாத்து பாத்து எல்லாம் செய்யறார். எனக்கு பிடிச்ச சாப்பாடு வேணும்னு மெட்ராஸ் கிளப்னு ஒரு எடத்துக்கு சாப்பிட கூட்டிட்டு போறார். அங்க தமிழ்நாட்டு சாப்பாடு கெடைக்குது. அவரும் எங்கூட சேர்ந்து தோசை சாப்பிடறார்.

ரெண்டு பேரும் பெருசா குளுகுளுன்னு இருக்க சினிமா தியேட்டர்ல படம் பார்க்கிறோம். குஷன் வச்ச சீட்டெல்லாம் அவ்ளோ அழகா இருக்கு. பெரிய பெரிய விளக்குகளும், சுவரெல்லாம் சித்திரங்களுமான அப்படிப்பட்ட சினிமா தியேட்டர்லாம் நான் இப்பத்தான் பார்க்கறேன். எங்க ஊர்ல டெண்ட் கொட்டாயில மண்ண குவிச்சு வச்சி அதுல குத்த வச்சி தான் இதுக்கு முன்னாடி படம் பார்த்திருக்கேன். மதுவும், ஷீலாவும் நடிச்ச மலையாளப் படம். எனக்கு சரியா புரியல. அலெக்ஸ் படத்தப்பத்தி நெறய சொல்றார். டைரக்டர், மியூசிக், சினிமோட்டோகிராபின்னு நிறைய எனக்குச் சொல்லித்தரார். எனக்கு அவர் பேசறதெல்லாம் ஆச்சர்யமா இருக்கு. பெருமிதமா அவர் தோளில் சாய்ஞ்சுகிட்டே படம் பார்க்கறேன்.

நாங்க தங்கியிருந்த ஹோட்டல் ரூம்ல இருந்து கண்ணாடி ஜன்னல் வழியாப் பார்த்தா கடல் ஆர்ப்பரிக்கறது தெரியுது. பெட்ல

சாஞ்சு உக்காந்துட்டே கடலைப் பாத்துட்டு இருக்கேன். இவர் வந்து எம்மடியில படுத்துக்கறார். இத்தன சந்தோஷத்த என் வாழ்க்கையில நான் கண்டதே இல்ல. எல்லாத்துக்கும் இவர் என் மேல வச்ச காதல்தான் காரணம். என் மனசு பொங்கி வழிய அப்பிடியே அவர சேர்த்து அணைச்சுக்கறேன். மறுபக்கத்து சாளரம் வழியா கடல் காத்து வீசுது. என் பொடவையப் பிடிச்சு இழுக்குது.

என் மடியில தலைவச்சி தூங்கிட்டு இருக்க அலெக்ச பாத்துட்டே இருக்கேன். இவர் எனக்காக எவ்ளோ அட்ஜெஸ்ட் பண்றார். நான்தான் சும்மா சும்மா சின்ன சின்ன காரியத்துக்கெல்லாம் அழறேன். அவங்க வீட்டுல யாருக்குமே விருப்பம் இல்லைன்னாலும் எனக்கு தனியா சமைக்க எல்லா ஏற்பாடும் செஞ்சிருக்கார். இங்க வந்ததுல இருந்து எவ்ளோ நகை, புதுசு புதுசா எத்தனை சேலை வாங்கித் தந்திருக்கார்?. பிளவுசெல்லாம் இங்க ட்ரிவேண்றத்துல நல்லா ஸ்டிச் பண்ணு வாங்கன்னு சொல்லி ஒரு கடைக்கு அவரே கூட்டிட்டு போயி தைச்சு வாங்கித்தரார்.

நைட்டின்னு ஒரு டிரஸ் கவுன் மாதிரி இருக்கு. சினிமாவுல போடற மாதிரி இருக்கு. அதை போட்டுக்கோ ரேணுன்னு வாங்கித் தந்திருக்கார். எனக்கென்ன கொறை. இனிமே நானும் எல்லாத்துக்கும் தகுந்தாப்புல நடந்துக்கணும். இவர் மனச வருத்தப் படவைக்கக் கூடாதுன்னு நெனைக்கறேன்.

"நீ கண்ணுல தண்ணி விடாத ரேணு. என்னால அதக்காண ஏலலன்னு நெறய தடவ சொல்லிட்டாரு. இனிமே அழக் கூடாதுன்னு தோணுது. எனக்கு எல்லாத்துக்கும் சட்டுன்னு கண் கலங்கிடுது. என்ன செய்யறது.

வீட்டுக்கு வந்த பின்னால என் புடவையையும், புது வளையலையும் பார்த்துட்டு எல்லாரும் நல்லா இருக்குன்னு

சொல்றாங்க. இவரோட அண்ணிங்க சேசு அச்சம்மாவும், ரபேக்காவும் என்கிட்ட வந்து பேசறாங்க. இவங்க குடும்பம் ரொம்ப பெரிசு. அஞ்சு பிள்ளைங்க மூணு பொண்ணுங்க. ரெண்டு அண்ணங் குடும்பமும், இவரோட ரெண்டு அக்காவும். இங்கயே பக்கத்துல இருக்காங்க. ரெண்டு அண்ணனுங்க ஹைட்ராபாத், டெல்லின்னு வேல செய்யறாங்க. அலெக்ஸ் தான் கடைசி. அதனால அவர் எல்லாத்துக்கும் செல்லம். அவங்க அக்காளுங்க ரெண்டு பேரும் மோனேன்னு தான் இவரக் கூப்பிடறாங்க. வயசு வித்தியாசம் அதிகம். அவங்க பிள்ளைங்க எல்லாம் காலேஜ் படிக்கறாங்க. இவரோட அக்காளுங்க வந்து அலெக்சு மோனேன்னு இவரக் கொஞ்சி பலகாரத்தை வாயில ஊட்டி விடறதப் பார்க்கையில எனக்கு சில சமயம் கோவங்கூட வருது.இவர் இத்தனை செல்லமா இருககறதால தான் என்னை இவங்க ஏத்துக்கிட்டாங்கன்னும் எனக்குப் புரியுது. இவர எல்லாரும் கொச்சு மோனேன்னு தான கூப்படறாங்க.

எங்க மாமியார் விக்டோரியாவும் என்னோட புது நகைங்கள வாங்கிப் பாத்துட்டு ''அலெக்சு மோனே வெலயெல்லாம் செரியா சாரிச்சயா? சுவர்ணம் நல்லதாயிட்டா? ஏமாத்திடுவாங்கடான்னு இவர்கிட்ட சொல்றாங்க.''

பெரிய கடயில தாம்மே வாங்கனேன். அதல்லாம் ச்ரியேத் தானிருக்கும்னு சொல்றார்.

அடுப்ப பத்த வச்சி எனக்கு தனியா சமைக்கறேன். புளியும், வழுதுணங்காயும் போட்டு குழம்பு வச்சி, கறிவேப்பிலைய பருப்பு வறுத்து தொகையல் அரைக்கிறேன். இவர் என் கூட சாப்பிடறார். மீன் கொழம்பு மட்டும் மேரியம்மை கொண்டுவந்து வைக்கிறா. நான் வச்ச கொழம்பு இவருக்கும் பிடிக்குது. ''உங்க ஊர்ல களி செய்வாங்க இல்ல?''

''ஆமா நாளைக்கு கம்பங்களியும், கீரையும் செயுறேன்னு'' சொல்றேன்.

நாங்க சாப்பிட்டுட்டு இருக்கையில மாமி வராங்க.

''மோனே ஸ்ரீ இந்நு ஆஹாரம் கழிக்குன்னே'' ன்னு கேக்கறாஙக.

''ரேணு வச்ச கொழம்பு நல்லாருக்கும்மா. நீ சாப்புடறயான்னு இவர் கேக்கவும் அவுங்களுக்கு கோவம் வருது. மொறைச்சிட்டு போயிடறாங்க. இவர் என்னைப் பார்த்து கண் சிமிட்டறார். ரெண்டு பேரும் சிரிக்கறோம்.

ஒரு மாசம் போல நான் சமைச்சி சாப்பிட்டுடிருந்தேன். இவர் டீ எஸ்டேட் பாத்துக் கிட்டதனால நிறைய நாள் என்ன கூட கூட்டிட்டு போயிடறார். அது பசுமையான எடம். எங்க பார்த்தாலும் மரங்களும், குருவிங்களும், செடிங்களும், பூவுமா இருக்கு. புதுசா கல்யாணம் ஆனவங்க இருக்கறதுக்குன்னே உருவான மாதிரி எடம். இவருக்கு எஸ்டேட் ஆபீஸ் கணக்கு பார்க்கற வேல முடிஞ்சதும் ரெண்டு பேரும் அங்க எல்லா எட த்தையும் சுத்துறோம். எஸ்டேட் முடியற எடத்துல உள்ள காட்டுக்குள்ள உக்காந்து பேசிட்டிருப்போம். நாங்க ரெண்டு பேரும் மனசு முழுக்க காதலோட பூரிச்சு நின்னோம்..

அடுத்த மாசத்துல பிள்ள உண்டாயிட்ட தால என்னால சமைக்க முடியல. வாந்தியும் , மயக்கமுமா இருக்கேன்.

அதுவரைக்கும் என்னை கண்டுக்காத மாமி இப்ப என்ன கவனிச்சுக்காறங்க. சாக்கோட்டிக்காரிய எதுக்குடே சமைக்கச் சொல்றன்னு இவரத் திட்டிட்டு, மேரியம்மைய எனக்குத் தனியா சமையல் செய்யச் சொல்றாங்க. ''ஏட்டி மேரி மருமோவளுக்கு புளி சேர்த்து தேங்ஙா சேக்காம கறிவையி''ன்னு சொல்றாங்க. எனக்கு எது சாப்பிடப் பிடிக்குதுன்னு கேக்கறாங்க. எர்ணா கொளத்துல பெரிய

நர்சிங் ஹோமுக்கு என்னைக் கூட்டிட்டு போய் செக்கப் பண்றாங்க. அலெக்சும் என்னை கையில வச்சி தாங்கறார்.

உனக்கு என்ன வேணும் கேளு செல்லம்மான்னு என்னைக் கொஞ்சறார். எனக்கு அதவிட வேற என்ன வேணும். எங்க ஊரு பெத்தவங்க எல்லாத்தையும் மறந்துட்டேன். பெரிய மகன் பொறந்தான். இதுக்குள்ள எனக்கும் என்னோட மாமிக்கும் நல்ல சிநேகிதம் வந்துடுது. எங்கிட்ட வீட்டு விவகாரங்கள் எல்லாம் சொல்றாங்க.

புள்ள பொறந்த பொம்பள ஒடம்புல ஒரு பூரிப்பு இருக்கும்னு எங்க ஊர்ல சொல்வாங்க. நானும் இப்ப முன்ன விட ஒடம் பு ஏறி முழு பொம்பளயா மாறிட்டேன். நான் ரொம்ப அழகாயிட்டதா இவரு சொல்றார். கொழந்தையையும் என்னையும் செல்லங் கொஞ்சிகிட்டே இருக்கார்.

அலெக்ஸ் மோனே அடுத்த பிள்ளைக்கு ஒடனே அவசரப் படாதடான்னு இவரை மாமியே கிண்டல் பண்றாங்க. அவங்களுக்கும் என்னோட அழகுல ரொம்ப பெருமை. பிள்ளைக்கு பேப்டிசம் கொடுக்க சர்ச்சுக்குத் தூக்கிட்டு போறப்ப அவங்களோட பெரிய மரகத மாலையை எனக்குப் போட்டு விடறாங்க. வெண் பட்டுல பச்சை கரை வெச்சபட்டு சேலையும், பச்சைக் கல் மாலையும், பொன் வளையலுமா என்னை கண்ணாடியில பார்க்கறப்போ எனக்கே அடையாளம் தெரியல. நீல கலர் கோட் போட்டு கிட்டு இவர் நடந்து வர கொழந்தைய கையில வச்சிகிட்டு பக்கத்துல நடக்கும் போது எனக்கு சந்தோஷத்துல தல சுத்துது. என் நாத்திங்க, ஓர்ப்படிங்க எல்லாரும் மாமியோட நகைய நான் போட்டுட்டு இருக்கிறதை பார்த்து முணு முணுக்கறாங்க.

மாமியோட அன்பில், அலெக்சோட காதலில் கொழந்தையோட சிரிப்பில் அப்பிடியே மலர்ந்து சிரிச்சிகிட்டே இருக்கேன்.

கொழந்தைக்கு பேர் வச்சப்பத் தான் எனக்கு மனசுக்கு என்னமோ போல இருந்துச்சி. ரிச்சர்ட் அலெக்ஸ்ன்னு வச்சாங்க. பெரிய சர்ச்சுல வெள்ள துணி போட்ட பாதர் பிரேயர் பண்ணி தண்ணி தெளிச்சு பேர் வச்சார். பிள்ளைய கைல வச்சுகிட்டு மொழங்காலில் நின்னப்ப எனக்கு மனசு மாறுது. எம் புள்ளைய தூக்கிட்டு இங்கருந்து போயிடணும்னு தோணுது. இதுக்கும் எனக்கும் சம்பந்தமே இல்லைன்னு நெனைக்கிறேன். அன்னிக்கு ராத்திரி அப்படியே படுத்திருக்கேன். பக்கத்துல யாரோ வந்து நிக்கறாங்க.

ரேணுகா ஈஸ்பவரி மனா எங்களையெல்லாம் விட்டு வந்துட்டியா. ஆசாள(பாட்டி) மறந்துட்டியா.ஆசா குரல் கேட்கிறது நீ எப்படி இங்கவந்த?. நான் பக்கத்துல திரும்பி பார்க்கிறேன்.குழந்தையை தூக்கிக்கிட்டு யார் நிற்கிறது.ஆயாவா அம்மாவா? இருட்டுல அப்படியே பார்க்கிறேன். கண்ணெல்லாம் கூசுது. நகையெல்லாம் போட்டுகிட்டு நிக்கிறது யாரு. யார் என்ன கூப்பிடுறாங்க. தாயே ரேணுகா. தாயே நீயே வந்திருக்க. தலையில் கிரீடம் வச்சு மூக்கில் புல்லாக்கு ஒளிர விரிச்ச சடையோடு சிரிச்சுகிட்டே ரேணுகாம்பா என்னை கூப்பிட்டா. நான் ஓடிப் போறேன். ஆனா கிட்ட போகவே முடியல.

மறுநாள் காலையில் நெனச்சி பாக்குறேன்.மனச என்னமோ பண்ணுது. இவர்கிட்ட சொல்றேன்.

நீ எதையாவது யோசிச்சிக்கிட்டே படுத்து இருப்பே அதான் எல்லாம் சரி ஆயிடும் கவலை படாதே அப்படின்னு சொல்றார்.

ரெண்டாவது மகன் விக்டர் பொறந்த பிறகுதான் எனக்கும் அவருக்கும் சில சண்டைங்க வரத் தொடங்கிச்சி. ரேணு நீ எதுக்கு எப்பவும் உம்முன்னு இருக்க. சர்ச்சுக்கு வந்தா எல்லார்கிட்டயும் பேசு. வீட்டுக்கு யாராவது வந்தா என்ன வேணும்னு கேளு.

இங்கிலீஷ் புக்ஸ் எல்லாம் படி.. வேர்ல்ட் சினிமா தெரிஞ்சுக்கோ. எப்ப பாரு குழந்தை அழுவுது, சமைக்கலாம் இப்படியே பேசாம மத்த விஷயமெல்லாம் ஜாலியா பேசு. இப்படி எல்லாம் என்கிட்ட சொல்ல ஆரம்பிச்சார். எனக்கு கோபம் வர ஆரம்பிச்சுடுச்சு. என்ன பத்தி தெரிஞ்சு தானே கல்யாணம் பண்ணிக்கிட்டார். இப்ப என்ன திடீர்னு குறை சொல்றது என்று மனசுக்குள்ள நினைச்சுக்கிறேன். வெளியில எதுவும் பேசல. அது அவருக்கு இன்னும் கோபம் மூட்டுது. கொஞ்சம் கொஞ்சமா என்ன திட்ட ஆரம்பிக்கிறார். எங்க மாமியாரும் சேர்ந்துக்கறாங்க.

நான் அழுவதும் அவர் வந்து சமாதானம் செய்யறதும் வழக்கமாயிடுச்சு.

எனக்கு இவங்க கூட சர்ச்சுக்கு போகவே பிடிக்கல. அவ்ளோ பெருசா புசான்னு ஒரு இடம். முன்னாடி ஒரு சாமி கூட இல்ல.கோயிலுன்னா சாமி சிலை, படம்ஏதாவது இருக்கணும் இல்ல. இங்கே எதுவுமே இல்லை. பெரிய பெரிய மரஇருக்கைங்க, வெள்ளை துணி போட்டுகிட்டு பாதருங்க,அவங்க ஏதாவது பேசிக்கிட்டே இருக்காங்க. மலையாளத்துல எல்லாரும் பாடறாங்க. எனக்கு அதெல்லாம் எதுவுமே புரியல. சாமி கும்பிட்ட மாதிரியே இல்ல.

மகியக் கூட்டிக்கிட்டுஅந்த ஊர்ல இருந்த பகவதி அம்மன் கோவிலுக்கு போனேன். குத்துவிளக்கு தீபமும். செவ்வரளி மாலையும், சந்தன பொட்டும் குங்குமமும் பச்சைப்பட்டுமா பகவதியப் பார்த்ததும் எனக்கு உயிர் வந்துச்சு. கண்ணுக்குளிற அம்மாவ பாத்துட்டு வேண்டிகிட்டுகோயிலை சுத்திட்டு வந்தேன்.

அன்னைக்கு தான் அலெக்ஸ் என்ன முதன்முதலா அடிச்சாரு. என்னைக் கேட்காமல் எதுக்கு அங்க போன அப்டின்னு கோபமாய்

திட்டினாரு. அப்போ என் சின்னமக வயித்துல இருக்கா. நான் தேம்பி அழ ஆரம்பிச்சேன். அம்மா அம்மா அம்மான்னு நான் அழுதுகிட்டே இருந்ததை பார்த்து என் நாத்தனாருங்க எல்லாம் இவரை திட்டினாங்க.

அன்னைக்கு என்ன சமாதானம் பண்ண ட்ரவேண்ட்ரம் கூட்டிட்டு போனாரு.ரிச்சி விக்டர் இரண்டுபேரையும் எங்க மாமியார் கிட்ட விட்டுட்டு அஜிமோளக் கூட்டிகிட்டு கார்ல போனோம்.. அங்கே எங்க மாமியாரோட தங்கச்சி அம்பிலியம்மைவீட்டில் தங்கினோம். அவங்க பையன் ஜானுக்கு அப்பத்தான் கல்யாணம் ஆகி இருந்துச்சு. நாங்க எல்லாரும் அவங்க கல்யாணத்துக்கு வந்திருந்தோம். ஜான் மனைவி ஷைலு ரொம்ப அழகா இருப்பா. கல்யாணத்திலே அவளைப் பார்த்துட்டு எல்லாரும் ஆச்சரியப்பட்டாங்க. நல்ல மஞ்சள் நிறத்தில் உயரமா அழகா வட்ட கண்ணோடு, அலையானகூந்தலோட இருந்தா. சிரியன் கிறிஸ்தவ குடும்பங்களில் அப்படி அழகான பெண்கள் நிறைய பேர் உண்டு.எனக்கு அவளைப் பார்த்து ஆச்சரியமாக இருந்தது.

நானும் இவரும் புடவை வாங்கிட்டு அவங்க வீட்டுக்கு போனோம். அங்க எல்லாரும் மலையாளத்தில் ஜாலியா பேசிகிட்டு இருந்தாங்க. எனக்கு எதுவுமே புரியல. பேசாம உட்கார்ந்து இருந்தேன்.ஷைலு கிட்ட நிறைய இங்கிலீஷ் பட கேசட் இருந்தது. இவரும் அவளும் அதப் பத்தி பேசிகிட்டு இருந்தாங்க. அலெக்ஸ் என்கிட்ட சொல்றார், ரேணு ஷைலுவும் எங்க காலேஜ்ல தான் படிச்சி இருக்கா. யூ நோ ஷி ஈஸ் வெரி இன்ட்டலிஜெண்ட்.

அவளும் என்னை பார்த்து சிரிக்கிறா. அவ போட்டு இருக்க டிரஸ் நான் இதுவரைக்கும் பார்த்ததே இல்லை. ப்ளு கலர்ல திக்கா ஒரு பேண்ட். மேல மெத்மெத்துன்னு ஒரு சட்டை மாதிரி. சட்டை கெடயாது. உள்ள இருக்கறதக் காட்றதுக்கே போட்ட மாதிரி இருக்கு

.ஆச்சரியமா பார்க்கிறேன். திரும்ப வரும்போது அலெக்ஸ் அவரோட காலேஜ் பற்றியும் ஷைலூ பற்றியும் பேசறார்.

அடுத்த வாரம் ஜானும் ஷைலுவும் எங்க வீட்டுக்கு விருந்துக்கு வந்தாங்க. ஜானும் ரொம்ப நல்லா பிரேம் நசீர் மாதிரி இருக்காருனு மகி சொல்றா.ஷைலு ஒரு அழகான லாங் பிராக் போட்டுட்டு வந்தா. பாக்கு கலர்ல அது அவளுக்கு ரொம்ப அழகா இருந்தது.அவங்க வந்ததும் எங்க வீடே ஜாலியா ஆயிடுச்சு. எல்லாரும். ஷைலுகிட்ட சிரிச்சி பேசிக்கிட்டே இருந்தோம். அன்னைக்கு நைட் சாப்பாடு முடிந்ததும் ஷைலு பாடினா. அவளுக்கு அப்படி ஒரு அழகான குரல்.

ஏதோ ஒரு இங்கிலீஷ் சாங். எல்லாரும் அவ பாட்ட ரசித்துக் கேட்டோம்.

அடுத்த வருஷம் எங்க பெரிய நாத்தனார் பொண்ணு இசபெல்லுக்கு பாம்பேயில கல்யாணம். நாங்க எல்லாரும் ட்ரெயின்ல போனோம். ஒரு கம்பார்ட்மெண்ட் புக் பண்ணிட்டாங்க. அம்பது பேர் இருப்போம் போனது.

என் சின்ன மக டாரத்தி எட்டு மாச கைக்குழந்தை. அவளுக்கு ட்ரெயின்லயே தூளி கட்டி எங்க மாமியார் போட்டு ஆட்டுனாங்க. மூணு நாளைக்கு சாப்பாடு,. பெரியபெரிய எவர்சில்வர் ட்ரம்களில் புளியஞ்சாதம், எலுமிச்சஞ்சோறு, சப்பாத்தி, முறுக்கு.. சீடை.. அதிரசம்னு நிறைய செஞ்சு எடுத்துட்டு போனோம்..

எல்லாரும் பேசிகிட்டு சிரிச்சுகிட்டு கதை பேசிக் கொண்டே போனது நல்லா இருந்தது. பாம்பே போக மூணு நாள் ஆகும்னு சொன்னாங்க. ட்ரெயின்ல போகும்போது ரிச்சி டைடஸ் அஜிமோள் மூணு பேரையும் பாத்துகிட்டு கைக்குழந்தையும் வெச்சுகிட்டு போறது எனக்கு ரொம்ப கஷ்டமா இருந்துச்சு. குழந்தை அழுதுக்கிட்டே இருந்தா. எங்க மாமியாரும் நாத்தனார்களும் மாத்தி

மாத்தி தூக்கி வெச்சிகிட்டாங்க அப்பவும் அழுதுக்கிட்டே இருந்தா. சாய்ந்திரம் ஏதோ ஒரு மலைக்குள்ள ட்ரெயின் போயிட்டு இருக்குது. எனக்கு ஒரே தலை சுத்துது. வாந்தி வருது. என்னால உட்காரவே முடியல. குழந்தையை வச்சுக்கிட்டு அழறேன். டைடஸ் வந்து பசிக்குது ஏதாவது குடும்மான்னு கேட்கிறான்.

நான் எங்க மாமியார் கிட்ட அனுப்புறேன்.ரபேக்கா அக்கா வந்து என்ன பாக்குறாங்க.கிரேஸ் என்ன பண்ணுது ரொம்ப முடியலையான்னு கேக்குறாங்க.

மாமியும் ரோஸி அண்ணியும் எங்கிட்ட வந்து என்னை பாக்குறாங்க.ஏதோ ஒரு மாத்திரை கொடுக்குறாங்க. அத போட்டாலும் எனக்கு உடம்பு சரியாகலை.ட்ரைன்ல ஒரு பக்கம் சாஞ்சி உட்காந்துக்கறேன்.

நைட் சாப்பாடு எல்லாரும் சப்பாத்தி சாப்பிடறாங்க. ரிச்சியும்.. டைடசும் எல்லார் கூடவும் சேர்ந்து சாப்படறாங்க..அஜிமோள் மட்டும் எங்கிட்ட வந்து அழறா.எனக்கு சாப்பாடு வேணாம்னு சொல்றா.தூங்கிட்டிருக்க குழந்தையும்அழுது. அதுக்கும் இந்த ட்ரெயின் சத்தம் ஒத்துக்கல.

என்னால எதுவுமே முடியல. ட்ரெயின்ல எல்லாரும் சாப்பிட்டு பேசி சிரிச்சுக்கிட்டு இருக்காங்க. எங்க மாமியாரோட தங்கச்சி அவங்க குடும்பம் சித்தி பசங்க அப்படின்னு நிறைய பேர் இருக்காங்க. எல்லாரும் சாப்பிட்டு முடிச்சிட்டு எங்க சின்ன மாமியார் பேத்தி சுசிய டான்ஸ் ஆட சொல்றாங்க அந்த சின்ன பிள்ளையும் அழகா ஆடறா. கைஷுலு பாட்டு பாடறா.

நான் கண்ண மூடிக்கிட்டு எல்லாத்தையும் கேட்டுக்கிட்டே சின்ன மகளை மடியில் தட்டிக்கிட்டே உட்கார்ந்து இருக்கேன்.

திடீர்னு பக்கத்துல குரல் கேக்குது. கண்ணை திறந்து பார்க்கிறேன் இவர் நிக்கறார்.

எதுக்கு இப்படி அழுதுகிட்டே இருக்க சனியனே. எல்லாரும் எப்படி ஜாலியா இருக்காங்க நீ மட்டும் ஏன் இப்படி இருக்க அப்படின்னு என அதட்டினார். எனக்கு ஒரு நிமிஷம் எதுவுமே புரியல.

எனக்கு தலையெல்லாம் சுத்துது. உட்காரவே முடியல. நான் என்ன பண்ணட்டும்? குழந்தை அழுது கிட்டே இருக்கா''

சொல்லும்போதே எனக்கு தொண்டை அடைக்குது.

''ஆமா. உனக்கு எப்ப பாரு எதாவது புலம்பல்தான். எல்லாரும் சந்தோஷமா இருந்தா உனக்கு பிடிக்காது. உன்னை எங்க கூட கூட்டிட்டு வந்திருக்க கூடாது. இன்னும் என்னென்னமோ சொல்றாரு. கண்டபடி பேசறார்.எனக்கு அப்படியே இந்த ட்ரெயின் இருந்து குதிச்சிடலாம்னு தோணுது.

எங்க சின்ன நாத்தனார் ரோஸி வந்து அவளே உடம்பு முடியாம இருக்கா .திட்டாத மோனேன்னு சொல்றாங்க. இவர் கோவமா அங்க இருந்து போயிடறார்.

ட்ரெயின்ல போகும்போதும் பாம்பேல போய் தங்கின இடத்திலேயும் எனக்கு உடம்பு நல்லா இல்ல. மயக்கமா இருக்கு. அங்கே நாங்க தங்கறதுக்கு ஒரு பெரிய வீட்டை ஒதுக்கி கொடுத்திருந்தாங்க . மாப்பிள்ளை வீடு ரொம்ப பணக்காரங்க. எல்லாரும் ரொம்ப ஸ்டைலா இருந்தாங்க .பொம்பளைங்க எல்லாம் லிப்ஸ்டிக்கும், ஹைஹீல்சும், ஸ்லீவ்லெசுமா சுத்திகிட்டு இருந்தாங்க.

சாய்ங்காலம் கல்யாணம். எல்லாரும் ரெடியாயிட்டு இருக்காங்க.

ரிச்சியையும், டைடசையும் நான் ரெடி பண்றேன். அஜிமோள மாமி ரெடி பண்றாங்க. நான் புடவை கட்டும்போது குழந்தை அழறா. அதுக்கும் இங்க வந்ததுல இருந்து உடம்பு சரியில்ல. காய்ச்சல் சொட்டு மருந்து கொடுத்து தூங்க வச்சிருந்தேன். அவசரமா சேலையை சுத்திக்கிட்டு குழந்தையை தூக்குகிறேன்.

எல்லாரும் ரெடியாகி வெளியே வறோம். திடீர்னு என் தோள் மேலே போட்டிருந்த சின்ன மக வாந்தி எடுத்துட்டா.. என் சேலை எல்லாம் ஆயிடுச்சு. திரும்பவும் உள்ள தூக்கிட்டு போறேன். குழந்தைய சுத்தம் பண்ணி, வேற சேலை தேடுறேன். ரெண்டே சேலை தான் இருக்கு. ஏதோ ஒண்ணை எடுத்து கட்டிக்கிட்டு வெளியில வந்தேன். குழந்தை ஜொரத்துல அப்படியே தூங்குது.

எல்லாரும் சர்ச்சுக்கு போறோம். நான் என் மாமியார் நாத்தனார் ஓர்ப்படிங்க எல்லாரும் ஒரு பக்கமா நின்னுகிட்டு இருந்தோம். அலெக்ஸ் வரார்.

"உனக்கு கொஞ்சமாவது அறிவு இருக்கா. எப்படி சாரி கட்டி இருக்க. சம்பந்தமே இல்லாம ஒரு பிளவுஸ். இப்படி மூஞ்சியெல்லாம் வழிஞ்சிட்டு. என் மானத்த வாங்குற?." எல்லாரும் பார்த்திட்டிருக்காங்க. இவர் கத்துறார்.

மூதேவி எப்ப பாரு அழுதுகிட்டே நிற்கிற. இங்க பாம்பேயில எல்லாரும் எப்படி ஸ்டைலா இருக்காங்க பாரு. ஷைலுவ கொஞ்சம் பாரு எல்லார்கிட்டயும் எப்படி பேசி சிரிக்கிறான்னு. அவடிரஸ் பண்ணி இருக்கா பாரு. உனக்கு இதைக்கூட நான் சொல்லிக் கொடுக்கணுமா. தயவு செஞ்சு கல்யாணத்துல என் பக்கத்தில் வந்து நிக்காத." இவர் பேசப் பேச நான் அமைதியா நிக்கிறேன். எல்லாரும் என்னையே பரிதாபமா பாக்குறாங்க. குழந்தைகளை தூக்கிட்டு இங்க இருந்து ஓடிடணும்னு நினைக்கிறேன்.

ஊருக்கு திரும்ப வரும்போது ட்ரெயின்ல யார்கிட்டயும் நான் பேசல.வீட்டுக்கு வந்த பிறகும் எனக்கு காய்ச்சல். அத்தை தான் டாக்டர்கிட்ட கூட்டிட்டு போனாங்க.அப்பதான் மூணு மாசம் வயித்தில பிள்ளை இருக்குன்னு டாக்டர் சொல்றாங்க.

இதனால தான் வாந்தி எடுத்திருக்கிற''

அத்தை சொல்றாங்க. எனக்கு நெஞ்சை அடைக்குது. அழறேன். நான் இருக்கிற நிலைமையில இன்னொரு பிள்ளை வேணாம்னு சொல்றேன். அத்தை வீட்டுக்கு கூட்டிட்டு வந்து சமாதானம் பண்றாங்க.

சின்ன மகள வச்சுக்கிட்டு படுத்து இருக்கேன். இவர் வந்து பக்கத்தில் நிற்கிறார்.

ரேணு ரொம்ப முடியலையா?

எனக்கு குழந்தை வேண்டாம்.. அழறேன்.

ரேணு அன்னைக்கு கோபத்துலதான் திட்டினேன். இதனால்தான் நீ மயக்கமா இருந்திருக்க சாரிமா'' இன்னும் என்னென்னமோ சொல்றார். எதுவுமே என் காதுல விழல.

அன்னைக்குத்தான் அவர்கிட்ட நான் கடைசியாக பேசியது.அவர் மனசுல என்ன பத்தி இருக்குற எல்லாத்தையும் பாம்பேல எல்லார் முன்னாடியும் திட்டினப்பவே தெரிஞ்சுகிட்டேன்.

இதுக்கு மேல என்ன இருக்கு? எனக்கு பேசவே மனசு வரல. மாமி வந்து என்கிட்ட பேசறாங்க.. குழந்தையை கலைக்க வேணாம்னு திட்டுறாங்க.

சின்ன பையன் டேனி பிறந்த பிறகு எங்க ரெண்டு பேருக்கும் பேச்சுவார்த்தையே இல்லாம போச்சு. அவருக்கு என்ன புடிக்கல. எனக்கும் அவர்கிட்ட பேச பிடிக்கல. எத்தனையோ நாள்

நெனச்சிருக்கேன். பேசாம பிள்ளைங்கள கூட்டிகிட்டு எங்க ஊருக்கு போயிடலாம்னு. எனக்கு தைரியம் இல்லாமல் போச்சு. இவருக்கும் மாமிக்கும் பயந்துகிட்டே வாழ்ந்துட்டேன். பிள்ளைகளுக்காகவே இருக்கிற மாதிரி ஆயிப்போச்சு.

நாள் ஆக ஆக என் மேல் கோவமா இருந்த என்னோட ஓரகத்திங்க, ரோஸிஅண்ணி இவங்கெல்லாம்என்கிட்ட நல்லா பழக ஆரம்பிச்சாங்க. ஆனா எனக்கு ஏதோ வித்தியாசம் தெரிஞ்சது. அவங்க எல்லாரும் என் மேல பரிதாப் படுற மாதிரி தெரிஞ்சது.

ரொம்ப நாள் அது எனக்கு புரியல. நான் ஒரு மரமண்டு தானே. ஒரு நாள் மகிதான் அத பத்தி எனக்கு சொன்னா. ஷைலுவோட பையன் ஆல்பியையும் டேனியையும் பாத்துட்டு சர்ச்சுல ரெட்ட பசங்களான்னு கேட்டாங்களாம். அப்பிடியே ஒரே அச்சு.

டேனி பொறந்தவுடனே மாமி, அலெக்ஸ் சின்னபிள்ளையில இப்டியேத்தான் இருப்பான்னு சொல்வாங்க.

சண்டைக்கப்பறம் வாரத்துல மூணு நாளு த்ரிவேண்ட்ரம் போறேன். ஆடிட் இருக்கு, பிசினஸ் மீட்டிங்னு சொல்லிக்கிட்டு போனதெல்லாம் எனக்குப் புரியுது.

மனங்கசந்து கொட்டுது. கண்ணுல தண்ணியில்ல. அதெல்லம் தீர்ந்துடுச்சி.

ஏகாந்தம்... கனவு... அறையப்பட்ட முள் முடி.. கசியும்குருதி... யாருமற்றவெளி... ஏழேழு ஜன்மத்துலயும் உறவுசங்கல்பங்கள், உயிர் உருகும் நேசம்... . சொருகப்பட்ட பட்டயக்கத்தி, கண்மணி, பிசாசு மூதேவி கொஞ்சங் கொஞ்சமா நினைவு தப்புது.. எங்கயோ நடக்கிறேன். முழுக்க முழுக்க மணல் பாலை தகிக்கும் சூடு.. எங்க போற மனா.. தலை விரிகோலத்துல காளியாத்தா.. கையில சூலம்.

மனசு

அம்மா

செம்பருத்தம்பூ

மழை

மலை

வாழைத்தண்டு

விழிகள்

நினைவழிஞ்சு போச்சு.

உடம்பு..பூரிப்பு.. யட்சி. மாமா.. கடம்பமலர்கள்

விளாம்பழம்

ஆரோட நெனைப்பும் இல்லாத போயிட்டயே மனா... இந்த ஆசாளப் பாக்க நீ வரலயே.

ஆசா நீ எப்டி இங்கவந்த

நான் உன் கூடயே தான் இரக்கறேன்.

ரேணுகாம்பா தாயே!

பச்சைமலை, ஏரோப்ளேன்,

கபிலர் குறிஞ்சி கொன்றை

செங்காந்தள்

பசலை

வேழம்.

நொச்சிப்பூ

மயில்

பூவிடைப்படினும்

மஞ்சை

ஆண்டாள் பாசுரம்

ஷேக்ஸ்பியர்

ஔரங்கசீப்

தாஜ்மஹால்

கல்லறை

பித்து

மனம் புரண்டு போச்சா ..மனப் பிறழ்ச்சியா?

ஹாஹாஹாஹா

இதுக்கு மேல என்ன? அமைதிஅமைதி

பலா

கோயம்புத்தூர் தாண்டி வண்டி போயிட்டு இருக்கு. டேனி கூகுள் மேப் பார்த்து டிரைவருக்கு வழி சொல்றான். சேலம் நோக்கி போயிட்டு இருக்கோம். கண்ணுக்கெட்டிய தூரம் வரை வெயில் வெயில். எனக்கு மனசுக்குள்ள எப்படியோ இருக்கு. ஒரு பக்கம் ரொம்ப ப்ரீயா இருக்கு.இன்னொரு பக்கம் மனசு கனமா இருக்கு. சேலத்தில் தங்கிட்டு அடுத்த நாள் காலையில புறப்படலாம்னு டேனி சொல்றான்.

நல்ல மேகம் மூடிட்டு இருக்கு. லேசா மழை தூறுது. திருப்பத்தூர் தாண்டி போயிட்டு இருக்கோம். எனக்கு அந்த வழி எல்லாம் புதுசா இருக்கு. நான் பார்த்தப்ப இங்க எல்லாம் வெறும் மரமும் காடும் கொல்லைகளுமா இருந்துச்சு. எங்க ஊருக்கு இப்படி ரோடு இருக்குதுன்னு நினைக்கவே முடியல. ஆலங்காயம் தாண்டி வண்டி போயிட்டு இருக்கு. மழை பெய்யுது.நாயக்கனூர் வளைவு தாண்டினதும் மழை இன்னும் அதிகம் ஆகுது. அதுதான் ஜவ்வாது மலையின் அடிவாரம். மலையும் காடும் தெரியுது. கண்ணாடி வழியா மழையை பார்த்துட்டு வரேன். மூங்கில் புதர்களும் மரங்களும் மழையில இருட்டா தெரியுது. இப்படி ஒரு மழையில்தான் அலெக்ஸ் கூட, இந்த ஊரைவிட்டுப் போனேன்.

ஜமுனாமரத்தூர் பஸ் ஸ்டாண்ட் வந்துடுச்சி. வழியில பார்த்த சின்ன டவுனுங்க நிறைய இப்படித்தான் இருந்தது. செல்போன் ரீசார்ஜ் கடைகள், பச்சை, ஆரஞ்சு வண்ண பிளாஸ்டிக் பாட்டில் தோரணங்கள் , ஏர்டெல், வோடபோன், ஜியோ விளம்பர பேனர்கள்

டூவீலர் ஷோரூம், ரசாயனத்தால் பழுக்க வைக்கப்பட்ட பெரிய பச்சை வாழைப்பழங்கள், மணப்பெண்ணுக்கு முகம் முழுவதும் பெயிண்ட் அடித்து தலையில் கூடாரம் போல் முடியைச் சீவி அப்பெண் முழிக்க பக்கத்தில் சம்பந்தமே இல்லாத நிறத்தில் பையன் நிற்க, அவர்கள் காலடியில் நெருக்கியடித்துக் கொண்டு தாடியும், சைட் வகிடெடுத்து சீவிய தலையுமாய் மணமகனின் நண்பர்கள் இருக்கும் திருமண பேனர்கள். டி டி எச் விளம்பரங்கள். பாஸ்டர் ஏழுமலை ஆம்ஸ்ட்ராங்கின் அற்புத எழுப்புதல் கூட்டங்களின் நீல வண்ண போஸ்டர்கள். அரசியல் கட்சிகளின் கொடிகள் என்று பக்கா தமிழ்நாட்டு ஊர் பஸ் ஸ்டாண்ட்.

நான் பார்த்த ஊர் இதுவே இல்ல. வழி விசாரிச்சுக்கிட்டு எங்க ஊருக்கு போறோம். கருப்பு நிற தார் ரோட்டில் ரெண்டு பக்கமும் வரிசையா சில்வர் ஓக் மரங்கள் நிக்குது. கரண்ட் கம்பங்களையும் செல்போன் விளம்பரங்களையும் தாண்டி செல்கிறோம்.

கடைசியில் எங்க ஊருக்கு வந்துட்டேன். நான் பார்த்த எந்த அடையாளமும் இல்லை. ஊர் மந்தை வெளியில் எங்கள் கார் வந்து நிக்குது. அங்கிருக்கும் யாரையும் எனக்கு அடையாளம் தெரியவில்லை. எங்க அண்ணன் கமலன் பேரு சொல்லி கேக்கறேன். ஒரு வீட்டை அடையாளம் காட்டுறாங்க.

வண்டியிலிருந்து இறங்கி வீட்டுக்குள்ள போறேன். இவ்வளவு வயசாகி தலையெல்லாம் நரைச்சு போயி அங்க உட்கார்ந்து இருக்கிறது யாரு? எங்கள் அண்ணன் கமலனா. அதுவேதான். நான் பக்கத்துல போய் பேசறேன்.

"என்ன தெரியுதா? நான் தான் உன் தங்கச்சி ரேணுகா வந்திருக்கேன்" சொல்லும்போதே என் குரல் அடைக்குது. எங்க அண்ணன் ஒரு நிமிஷம் திகச்சு போது. அப்படியே எழுந்துவந்து என் கையப் பிடிச்சிக்குது.

‘‘ரேணுகா நீயா எம்மா. இத்தனை வருஷம் கழிச்சு வந்திருக்கயே’’

அண்ணன் கண்ணுல தண்ணி வழியுது நானும் அழறேன்.. உள்ள இருந்து வர்ரதுயாரு? அண்ணியா?

ஓடி வந்து என்னை கட்டிகிட்டு ரேணுன்னு அழுவுறா.

ரெண்டு பேரும் அழுகிறோம். அவங்க எல்லாருக்கும்டேனிய அறிமுகப்படுத்தறேன். அவனைப் பார்த்து எல்லாரும் ஆச்சரியப்படுறாங்க.

எங்க அண்ணன் வீட்டு முன்னால உள்ள அரசமரத்தடியில் எல்லாரும் உக்காந்து இருக்கோம். என்ன பார்க்க மேல்சலம்படியிலிருந்து சுமதியும் ராஜியும் வந்திருக்காங்க.எங்க அய்த்த பொண்ணு தொளசி..மஞ்சாத்தி..ரஸ்மணன்மாமன் எல்லாம் வந்திருக்காங்க.

எங்க அண்ணன் சந்தோஷத்தில் பூரித்துப் போய் இருக்கு. எங்க அப்பா அம்மா எல்லாம் செத்துப் போயிட்டாங்க. குப்பாயா நான் இங்கிருந்து போன மூணு மாசத்துல செத்துப்போயிட்டா. நான் கேரளாவில் இருந்து திரும்ப வந்துட்டேன்னு சொந்தக்காரங்க எல்லாரும் வந்து பார்க்கிறார்கள்.

எனக்கு எல்லாரையும் பார்க்க அழுகை அழுகையா வருது. டேனி எல்லார்கிட்டயும் பேசறான். அவனுக்கும் இவ்வளவு சொந்தக்காரங்க இருக்கிறது ஆச்சரியமா இருக்கு.சௌந்தர் கார்த்திக் பிரபு எல்லார்கிட்டயும் சேந்துகிட்டு ஜாலியா பேசுறான்.வண்டியில சுத்தறான். அவனைப் பார்த்துவிட்டு வெள்ளைக்காரன் மாதிரி இருக்கான் உன் பிள்ளை என்று சொல்றாங்க.

சின்ன பையன் மாமனும் எங்க அண்ணனும் நீ இங்கேயே இருந்துடு ரேணுகான்னு சொல்றாங்க. எல்லாரும் உன் புருஷன்

வரலையான்னு கேட்கறாங்க.நான்தான் அவரை விட்டுட்டு வந்துட்டேன்னு சொல்றேன்.

எங்க அண்ணி அண்ணன் , சௌந்தர் கார்த்திக் பிரபு எல்லார்கிட்டயும் என் கதைய சொல்றேன்.டேனியோட பிரச்சினை பற்றியும் சொல்றேன். அவங்க எல்லாரும் டேனிய இங்கேயே இருக்க சொல்றாங்க.

எனக்கு இங்க வந்ததுல இருந்து மனசு நல்லா இருக்கு. எங்க ஊரு வறண்டு போயிருக்கிறது மட்டும்தான் வருத்தமா இருக்கு. ஜவ்வாது மலை முழுசா மாறிடுச்சு. நான் பார்த்த மரம்செடிமழை எதுவுமே இல்லை. எல்லா ஊருக்கும்ரோடு வந்திருக்கு.எங்க மலையில் ஒரு சந்தன மரம் கூட இல்லையாம். எல்லாத்தையும் வெட்டி கடத்திட்டாங்க.

எங்க அண்ணியும்,கோவாலு பொண்டாட்டியும் நான் போன பின்னால நடந்த கதை எல்லாம் சொல்றாங்க. எங்க அப்பா என் மேல உள்ள கோபத்துல ஊரையே கொளுத்தியிருக்கு. பொட்ட புள்ளைங்கள ஸ்கூலுக்கு அனுப்ப யோசித்திருக்காங்க.

அதுக்கப்புறம் கொஞ்ச நாள் கழிச்சு எங்க அப்பன் உடம்பு சரியில்லாம படுக்கையில இருந்திருக்கு. என்னிய பத்தி பேசிக்கிட்டே இருந்திச்சாம். எங்க அம்மாவும் அப்பாவும் கடைசி வரைக்கும் என்னை நினச்சுக்கிட்டே இருந்திருக்காங்க. . நான் தான் யாரையும் வந்து பார்க்கல. எனக்கு அது எல்லாம் நெனச்சா மனசு கேக்கல. அண்ணி சொல்லும் போதே மாலமாலயா என் கண்ணுல தண்ணி வருது.

எங்க அண்ணன் கிட்டயும் எங்க அண்ணி கிட்டயும் நான் வாழ்ந்த கதையெல்லாம் சொல்றேன். ரேணுகாம்பாள் என் கனவுல வருவதும் என்னால் அங்கு கோயிலுக்கு போக முடியல

அப்பிடின்னும் சொல்றேன்.

என் பிள்ளை கல்யாணத்தை பற்றியும் சொன்னேன். அண்ணனும் அண்ணியும் நீங்க இங்கேயே இருங்க அப்படின்னு சொல்றாங்க.

எங்க அப்பா சேத்து வச்ச சொத்துல என் பங்கு அப்படியே இருக்கு. எல்லாத்தையும் நீ அப்படியே எடுத்துக்கோ ரேணுகா அப்படின்னு எங்க கமலன் அண்ணன் சொல்லுது. அதுக்கு அலெக்ஸ் மேலகோவம் வருது. எந்தங்கச்சிய ஏமாத்தி இட்னுபோயி அழவசிக்கறானேனு திட்டுது.

எனக்கு எங்க ஊர்க்காரங்க எங்க சொந்தகாரங்க எல்லார் பாசத்தையும் பார்க்கும் போது இவங்க எல்லாத்தையும் இத்தனை வருஷமா பாக்காம விட்டுட்டோமேனு வருத்தமா இருக்கு.

டேனியத் தனியா கூட்டிட்டு வந்து பேசுறேன்.

‘‘ நீ அந்த பொண்ணு கிட்ட பேசு அவளை இங்க கூட்டிட்டு வந்து கல்யாணம் பண்ணிக்கோ. நாம இங்கே இருந்திரலாம்’’

அவன் ஒரு நிமிஷம் கூட யோசிக்கல. சரிம்மா நானும் அப்படிதான் நெனச்சேன்னு சொல்றான்.

நான் இங்க வந்ததுக்கு அப்புறம் அலெக்ஸ் கிட்ட பேசவே இல்ல. போன் பண்ணாலும் எடுக்கல.டேனி மட்டும் வந்து சேர்ந்துவிட்டோம்னு சொன்னான். நாலு நாள் கழிச்சு வண்டியோட டிரைவர மட்டும் அனுப்பி விட்டோம்.

அடுத்த நாள் எனக்கு போன் பண்றார்.

‘‘என்ன பண்ற ரேணு? ஏன் டிரைவரை மட்டும் அனுப்பி விட்டீங்க?நீங்க அங்க என்ன பண்றீங்க என அதட்டி கேட்கிறார். நான் எதுவும் சொல்லலை. இன்னும் கொஞ்ச நாளைக்கு இருந்துட்டு

வரேனு மட்டும் சொல்றேன்.

ஒரு வாரத்துல டேனிக்கு கல்யாணம் முடிவு பண்றோம். எங்க ஊர் பஞ்சாயத்து கூடி தண்ணி போட்டு என்னையும் டேனியையும் ஊருக்குள்ள சேர்த்துக்கிட்டாங்க. டேனி கல்யாணத்தை ரேணுகாம்பாள் கோயில்ல பண்றதுன்னு முடிவு பண்ணிட்டோம்.

எனக்கு மனசுக்கு சந்தோஷமா இருக்கு. டேனி சிரிச்சுக்கிட்டே இருக்கான்..அனு கிட்ட போன்ல பேசுறான். என்னையும் பேச சொல்றான்.

அனுவும் அவளோட அம்மாவும் வந்துட்டாங்க அவளுக்கு அப்பா கிடையாது. இப்பத்தான் அந்த பொண்ண நான் பார்க்கிறேன். ரொம்ப அழகா இருக்கா. எனக்கு அவளை ரொம்ப பிடிச்சிருக்கு.

சந்தோஷமா கல்யாண ஏற்பாடுகளை செய்கிறேன். எங்க மலைஜாதி முறைப்படி கல்யாணம் நடக்குது. ஊர்ல எல்லாரும் வந்துட்டாங்க. ராத்திரி ஒரு விருந்து. இதுக்கு ஊர்காரங்க சோறாக்கி கூடையில் வச்சி எடுத்துட்டு வருவாங்க. மறுநாள் பன்னிக் கறி விருந்து. மாப்பிள்ளை வீட்டாரு, ஊருக்கல்லாம் வைக்கணும். ராவுலயே எல்லா சடங்கும் செய்றாங்க.

பலா எலையில நலங்குவச்சி தாலி கட்டுவது நடக்குது. அதுக்கப்புறம் காலையில் முகூர்த்தம் என்று சொல்லுவாங்க. அது தான் எங்க ஊர் முறை. காலையில நெத்தியில பட்டங்கட்டி பொண்ணும் பிள்ளையும் பாளையாநாத்து தூக்கிக்கிட்டு போறாங்க.

மண் சட்டியில ஒருவாரம் முன்னாடியே நவதானியங்கள வெதச்சி மொளைக்க வச்சிருப்பாங்க. அதுல பச்சுன்னு நாத்து ஒருஅடிவளர்ந்து இருக்கும். அதை பொண்ணும் புள்ளையும் கொண்டு போய் தண்ணி உள்ள இடத்துல கரைக்கணும். அதுதான் பாளையாநாத்து. டேனிய கல்யாண கோலத்தில் பார்க்கையில்

எனக்கு கண்ணு கலங்குது.

இனிமே நானும் அவனும் இங்கேயே இருக்கிறது தான் என் வாழ்க்கைன்னு முடிவு பண்ணிட்டேன்.

கல்யாணம் முடிஞ்சதும் போட்டோக்களை டேனி எல்லாருக்கும் வாட்ஸ் அப்ல அனுப்பிட்டான்.

நான் நெனச்ச மாதிரியே ரிச்சி அவங்க அப்பா எல்லாரும் எனக்கு போன் பண்றாங்க. அலெக்ஸ் கத்துறார். என்ன நெனச்சிட்டு இருக்க? எங்க கூட்டிட்டு போனே என் பிள்ளையை? நான் இல்லாம என் பிள்ளைக்கு எப்படி இன்னைக்கு கல்யாணம் பண்ண? இப்படியெல்லாம் கேட்கிறார்.

ஏன் இப்படியெல்லாம் செஞ்சேன்னு சொல்லும்போது அழறார்.

" அவனுக்கு பிடிச்ச பொண்ண நான் கல்யாணம் பண்ணி வச்சேன். அவ்வளவு தான்னு சொல்றேன்.

டேனிகிட்ட ரொம்ப நேரம் போன்ல எல்லாரும் பேசுறாங்க. நான் போனை கட் பண்ண சொல்றேன்.

நீங்க ரெண்டுபேரும் சந்தோஷமா இருங்க. வேற யாரை பத்தியும் கவலை படாதீங்கன்னு சொல்றேன்.

இத்தனை வருஷம் கழிச்சு எனக்கு மலையும் எங்க ஊரும் எனக்கு மனசுக்கு நிறைவா இருக்கு. இந்த வாழ்க்கை தான் நான் எதிர்பார்த்தது. எங்க அண்ணன் எனக்கு கொடுத்த இடத்தில் டேனிக்கு தனியா ரூம் போட்டு வீடு கட்டலாம்னு நினைச்சுட்டு இருக்கேன்..அவன்கிட்டயும் சொல்றேன்.

அனு கிட்ட " அம்மு நீ எதை பத்தியும் கவலை படாதே. என் பிள்ளையை நல்லா பாத்துக்கன்னுசொல்றேன்." கொழந்தை என்

கையைப் பிடிச்சிகிட்டு சரிம்மான்னு சிரிக்கறா.

புது தாலியும் மருதாணி சிவப்பும் பட்டுப்புடவையுமா அழகா இருக்கா. அவங்க ரெண்டு பேரையும் அன்னைக்கு தனி ரூமுக்கு அனுப்பிட்டு வந்து படுக்கும் போது , பெரிய சாதனை பண்ண மாதிரி தோணுது.. அலெக்ஸ் பேச்ச கேட்காமல் நான் தனியா செஞ்ச முதல் விஷயம் இதுதான்.

அடுத்த நாள் டேனி என்கிட்ட சொல்றான் '' அம்மா டாடி கிளம்பி வராரு. எனக்கு போன் பண்ணாரு.''

''வரட்டுமே இனிமே அவரால என்ன பண்ண முடியும்'' அப்படின்னு சொல்றேன்.

''டேனி இனிமே நம்ம ரெண்டு பேரும் இங்கதான் டா இருக்கணும். நீ நம்ம ஊருக்கு ஏதாவது செய்யணும். நீ படிச்ச படிப்ப இங்க எல்லாருக்கும் சொல்லிக் கொடு.

சரிம்மா

நீயும் நானும் இந்த ஊர விட்டு போகவே கூடாது. அப்பா வந்து என்ன கூப்பிட்டாலும் நான் போகமாட்டேன். நான் செத்தா கூட இங்கேயே தான் என்னை நீ பொதைக்கணும்.''

'' எதுக்குமா இப்படி எல்லாம் பேசுற. யாரும் எதுவும் பண்ண மாட்டாங்க. டாடிவராருன்னு பயப்படுறியா? என் பிள்ளை எனக்கு தைரியம் சொல்றான்.

சாயங்கால வெயில் மஞ்சளா படர்ந்திருக்கு. நான் வீட்டுக்கு வெளியே அரசமரத்தடியில் நின்னுட்டு இருக்கேன். தூரத்தில் கோயில் கோபுரம் தெரியுது. இப்படியே கொஞ்ச தூரம் நடந்துட்டு வரலான்னு போறேன். சாம கொல்லையைத் தாண்டி நடக்கும்போது இந்த பக்கம் ஏரி தண்ணீர் மாலைவெயிலுல ஒளிர்வது தெரியுது

கோவிலுக்கு போகாமல் ஏரிப் பக்கம் திரும்பி நடக்கிறேன். பறவைங்க நிறைய பறந்து போகுது. நல்ல காத்தடிக்குது. ஆடுகளோட மே... சத்தம் கேட்குது. தூரத்துல கோயில் மணிசத்தம். நாளைக்கு இந்நேரம் அலெக்ஸ் வந்துருவாரு. டேனியையும் என்னையும் ரெடியாயிருக்க சொன்னாராம். ஊருக்கு கூட்டிட்டு போறேன்னு சொன்னாராம்.. அனுவ கல்யாணம் பண்ணிக்கிட்டாலும் பரவால்ல, நீ என்கூட வந்துடுன்னு டேனிகிட்ட சொல்லிருக்காரு.

பத்தொம்பது வயசுல இந்த இடத்தை விட்டு போனதும் நாப்பது வருஷம் கழிச்சு திரும்ப வந்திருக்கறதும் என் மனசுல அப்படியே படம் மாதிரி ஓடுது. இந்த ஒரு ஒரு மாசம் எவ்வளவு சந்தோஷமா இருக்கேன். திரும்பவும் அங்க போனா பெரிய வீடும் எஸ்டேட்டும் மாமியா கிளவியும்.சிலுவையும் சர்ச்சும்... நெனச்சாலே என்னால முடியல.

இல்ல இந்த மலையை விட்டுட்டு நான் போக மாட்டேன், போகவே மாட்டேன். மாலை வெயில் ஏரியின் நீர்பரப்பில் மஞ்சளாய் ஜொலிக்கிறது. நடுவில் இருக்கும் கருவேல மரத்தில் வெண்மையாய் கொக்குகளும் நாரைகளும் வந்து அடைகின்றன. தவளைகளின் ஒலி.கரையெங்கும் நீர் மத்தி மரங்கள். ஓரத்தில் சிவப்புநிற அல்லி பூக்கள். அவுரிச் செடிகள். சிவப்பு வண்டுகள்

அப்படியே ஏரிக்கரையில் புல் மேல ஒக்காந்து இருக்கேன். மனசு ஒரு நிமிஷம் தவிக்குது.அப்புறம் தைரியம் வருது. இனிமேலாவது வாழ்க்கையில தைரியமா இருக்கணும். அவர் வந்தா என்ன? வரட்டுமே. என்னால அங்க வரமுடியாதுன்னு சொல்லப்போறேன்.

எதிர்ப்புற பச்சைமலையில் சூரியன் அமிழ்ந்து செல்வதை செந்நிற ஒளி மங்குவதை பார்த்துக்கொண்டே அமர்ந்திருக்கிறேன்..